![Portrait of Dr. Umar Ali Shah]

Dr. Umar Ali Shah, D. Litt (A. I. A.)

TELUGU POET

[PHOTO 1935]

శ్రీ ఉమర్ అలీషాకవిగారి
జీవితసంగ్రహము

శ్రీ ఉమర్ అలీషాకవిగారు పీఠికాపురమున క్రీ. శ. 1885 వ సం॥ లో జన్మించిరి వీరి తండ్రిగారు మహర్షి మొహియుద్దీన్ బాషా గురువర్యులు. వీరి జనని చాంద్‌బీబీ గారు.

వీరి తండ్రిగారు అరబ్బీ, పారశీక, సంస్కృతాంధ్ర పండితులు, ఆధ్యాత్మిక విద్యాపీఠాచార్యులు. ఆత్మవిద్యాపారంగతులు. వీరికుటుంబము పూర్వమునుండియు భాషాపాండిత్యమునకును, ఆధ్యాత్మికవిద్యా సంపత్తికిని ప్రఖ్యాతిగాంచినది. శ్రీకవిగారు చిన్ననాడే సంస్కృతాంధ్రములు విశేషముగా నభ్యసించిరి. తదుపరి అరబ్బీ పారశీ కాంగ్లభాషలు నేర్చిరి వీరు ఆంగ్లమున వ్రాయుట మాట్లాడుట యెఱుంగుదురు, కాని ఆంగ్ల పద్య కావ్యములందు ఎంతమాత్రము వీరికి ప్రవేశములేదు. వీరు సహజకవులు వీరి **14** వ వర్షమున తెనుగున ధారాళముగా కవిత్వముం జెప్పిరి. వీరి 18 వ యేట 'మణిమాల' యను నాటకము వ్రాసి అచ్చొత్తించిరి. అది షేక్స్పియర్ మహాకవి నాటకమువలె నున్నదని అప్పటి పత్రికలు కొనియాడినవి వీరి కనేకస్థలముల ఉద్యోగము లిచ్చెదమని ఆహ్వానించినను వాటి కంగీకరింపక భాషాసేవ దేశసేవం జేయుచు తమ జీవితమును గడిపిరి. వీరు **1934** వ సంవత్సరము డిశంబరు నెలలో అఖిలభారత శాసనసభకు సభ్యులైరి ఆపదవి వీరి మరణమువఱకు నుండెను.

వీరికి International Academy of America వారు 1936వ సంవత్సరమున Doctor of Literature బిరుద మొసగిరి. శ్రీకవిగారు వంశపారంపర్యముగా వచ్చుచున్న ఆధ్యాత్మిక విద్యాపీఠమునకు ఆచార్యులై పదునాఱువేల జనమును శిష్యులుగా నొనర్చిరి

వీరి యోగికజ్ఞానమును కొనియాడుచు జ్ఞానసభాసభ్యులు వీరికి బ్రహ్మర్షి బిరుద మొసంగిరి వీరి సతీమణి అక్బరు బీబీగారు వీరితో ఢిల్లీ నగరమువెళ్ళి ది 5-4-35 తేదీని దివి నలంకరించిరి. ఆదినమున ఢిల్లీశాసనసభ మూయబడెను. వీరు గతించినప్పుడు వీరికి అయిదుగురు కుమారులు ఇరువురు కుమార్తెలు పెక్కురు పౌత్రపౌత్రికలుండిరి.

శ్రీకవిగారి జీవిత చరిత్ర ప్రత్యేక పుస్తకముగా వ్రాయబడుచున్నది. వీరు రచించిన సూఫీ వేదాంతగ్రంథమందు తమ జీవితము సంగ్రహముగా నిట్లువ్రాసిరి.

—• స్వీయము •—

క. ఆ మొహియుద్దీన్ బాద్షా
నామ మహాయోగి కగ్రనందనుఁడను నా
నామహితాగమ హిత వి
ద్యామత "ఉమ్రాలిషా" మహాకవి నేనున్

సీ. రచియించినాఁడ విభ్రాజితదివ్యప్ర
బంధముల్ పది కావ్యబంధములుగ
వ్రాసినాఁడను గల్పనాసక్తమతిఁ బది
నాటకంబులను గర్నాటఫక్కి
కూర్చినాఁడను గళాకోవిదుల్ కొనియాడ
నవలలు పది నవ నవల లనఁగ
తెలిఁగించినాఁడ నుద్దీపితాఖండ సా
రసి కావ్యములు పది రసికులలర

తే. రసము పెంపార నవధాన క్రమములందు
ఆశువులయందు పాటలయందుఁ గవిత
చెప్పినాఁడ నుపన్యాస సీమలెక్క
యవని "ఉమ్రాలిషాకవి" యనఁగ నేను.

ఉ. రాజులఁ జూచితిన్ సుకవిరాజుల నోర్చితిఁ బేరుమ్రోయ రా
రాజుల నోలగంబుల విరాజితపండిత సత్కవీంద్ర వి
భ్రాజిత మాలవీబిరుద పట్టములందితి యూనివర్సిటిన్
దేజము మీఱ సభ్యుఁడయితిన్ మతబోధకుఁడైతిఁ గ్రమ్మఱన్.

ఉ. వ్యాసములున్ విమర్శనలు భావకవీశ్వరసైకచారు వి
న్యాసములున్ మతాంతరమహాపరివర్తన తత్త్వరూపకో
పాసనముల్ పురాణములు వ్రాసితి భారతభూమి నే నుప
న్యాసము లిచ్చుచున్ దిరిగినాఁడను "ఉమ్రలిషా" కవీంద్రుఁడన్

ఉ. వేలు రచించి విద్యలను బెట్టి గడించితి పారితోషికా
ద్యాళిని వేయినూట పదియార్లను సింహతలాటముల్ మహా
భీలక సత్కళాకనక విశ్రుతముల్ జయభేరిమ్రోయ హిం
తాలవనీనటత్కు కవి తండము లేమిటి లెక్క మాకడన్.

సీ. సాధించితిని యోగసాధనంబులు హిమా
గమ మెక్కి మఠిని చక్కాడియాడి
బోధించితిని జ్ఞానసాధనక్రమములు
చెవినిల్లుగాఁ జేసి చెప్పి చెప్పి;
సవరించితిని పెద్దసారస్వతంబును
శబ్దశాస్త్రంబుల జదివిచదివి:
చూపించితిని రాజ్యలోపంబు లాంగ్ల ప్ర
భుత్వంబు ముంగర మోపి మోపి,

తే. ఇప్పుడెప్పుడే నలువదియేండ్లపైన
దాఁటిపోయెను వయసు నీనాఁటికైన
శాంతి గలుగదు నీకళాధ్యాంతమందు
జీవితము తెన్ను సుడిఁబోవు నావఁబోలు.

మ. నను నీజ్ఞానమహాసభాసదులు సానందాన నుద్ధరించి యా
దిని మీపూర్వపితామహుల్ గురువులై దివ్యత్వ మేపారఁగా
ఘనవిజ్ఞానకళా ప్రవృష్టి జనహృత్కాంతారముల్ నింపి రా
మని మీరాకృతి బోధసేయఁదగు 'ఇంగ్లీష' భాషాగతిన్.

మ. అని నెయ్యంబునఁ గోరఁగా విని మహాహర్షంబు సంధిల్ల నో
నని యాజ్ఞానమహాసభాకథన మత్యంతంబు కష్టంబు మే
దిని సంసారనిమగ్న మానసుల నుద్ధరింపంగ సాధ్యంబు గా
దని యున్నంత యెఱుంగ జేతు నని నే నారంభముం జేసితిన్.

శా. భారతదేశ శాసనసభా సభికత్వపదంబుఁ జేర నేఁ
గోరఁగ జ్ఞాన సభ్యులు నకుంఠితదీక్ష జగంబు మెచ్చఁగా
భూరితప స్సమాధిఁ దమ బుద్ధిని నిల్పి జయంబుఁ దెచ్చినా
రారయ జ్ఞానశక్తికి నజాండము కంపిలు చుండుఁ జూచితే.

చ. కవిత నెఱుంగనట్టి పృథుకాలము వ్రాసితి పుస్తకంబు లా
కవిత నెఱింగి వ్రాయుటకు గంటము సాగ దుపన్యసించు నా
దివము లవిద్యతోఁ గలిసి తృప్తిఘటించెడు గాని యిప్పుడో
యవము నుపన్యసించుటకు లజ్జఘటించెడు నేమి చెప్పుదున్.

B

శా. ఢిల్లీ భారతశాసనైకసభ రూఢిన్ బ్రాతినిధ్యంబు సం
ధిల్లన్ జేరి మహత్తరోజ్జ్వలకళాధిక్యంబు రాజిల్ల వి
ద్వల్లోకంబున రాజకీయ కలనావ్యాపారపారంగతం
బెల్లన్ వేడ్కను నిర్వహించుచును నేనీగ్రంథమున్ *వ్రాసితిన్.

ఉ. ఏను హిమాలయంబుపయి కెక్కి తపస్వులఁజూచి వారి వి
జ్ఞానములన్ గ్రహించి విజనంబగుచోట రచించి నాఁడ నా
నా నవ కావ్యమార్గము అనంతముగా హృదయాంతరంగిక
జ్ఞానము ఈశ్వరూపముగఁ గన్పడునట్టు దృశంబు మార్చుచున్.

శా. నాలోనున్నవి నేనుజూచినవి విజ్ఞానంబులై లోకమం
దాలోకింపగ రాని యీయమరవిద్యాతత్త్వ మర్మంబులం
దేలోటుల్ జనియింప దీశ్వర రహస్యైకైక సన్మార్గమే
మేలా దాఁపఁగనంచుఁ జెప్పితిమి మీరిద్ధాత్ములై తేరఁగన్.

కం. మా తాతయు మా తండ్రియు
ఖ్యాతిని ఆఖై లలీ మహాగురువర వి
ద్యాతత్త్వము నేర్పిరి త
ద్రీతుల వివరింతు యోగరీతులు తెలియన్

ఉ. ఎల్లరుఁ జెప్పుచుండిరల యీశ్వరుఁడీవని మీరుగూడ నా
కల్లలు బొల్లులల్లి కథగా నిటుకల్పనఁజేసి చెప్పఁగా
జెల్లునెయంచు మీరిఁకనుజెప్పెదరేమొ తదీయవాస్తవం
బల్ల రహస్యమున్ దెలిపి యద్భుతమార్గము విప్పిపెట్టితిన్.

మ. కనఁగన్ బాదరసంబు తాత్త్వికుఁడు బంగారంబుగావించు న
ట్లనుమానాస్పదమై వినాశకరమై యుల్లాడు నాజీవు బ్ర
హ్మనుగా మార్చెడు త్రోవజూపితి నిది ధ్యాసంబు సంధించి మీ
కనులన్ విప్పుఁడు శూన్యమందు హరిసంకాశంబు సంధిల్లెడున్.

---

* సూఫీ వేదాంతదర్శనము.

ఉ. మేము రచించు గీతములు మృత్యువు వాయు పథంబులందులో
నేమియు స్థాపిఁ కెడమియ్యక యున్నదియున్నయట్లుగా
నేమహనీయుఁడున్ నడచి యీశ్వరరూపమెఱుంగ నేర్చునో
యామహితాత్ముఁడొక్కఁడె యథార్థమెఱింగి మృతిన్ జయించెడున్.

శా. నాతోనున్న మహాకవీశ్వరులు నానా కావ్యముల్ వ్రాసి రెం
తో తత్త్వాత్మక దృక్ప్రపంచకము నుద్యోగించి చిత్రించుచున్
చైతన్యం బుదయింపఁ వ మహాసత్యస్వరూపంబుతోఁ
చేతోవీథిని నీశ్వరుంగనెను వై చిత్ర్యంబుఁ జూపించితిన్

— అ గ్బ రాం బ —

శా. ఆఢిల్లీనగరాంగ శాసనసభాధ్యక్షత్వ మర్థింపుఁ డం
చాడన్ నేను కృతార్థుఁడై చనిన నాకై వచ్చి ప్రాణంబులన్
వీడన్ నాసతి అగ్బరాంబిక చలత్ విద్యుల్లతిన్ బోలె; నా
నాఁడే నశ్రులు 'గోరి' పై విడుచుచు స్వర్తింతు నిర్జివినై

ఉ. ఏను రచించినట్టి కృతులెన్నిటినో విని తల్లి, తండ్రి నా
నా నవ నాటక ప్రకరణంబులు నాఁడుఁగఁ జూచినారు, ఢి
ల్లీ నగ రాంగ్లభారతమహీధవ శాసనసభ్య సత్పదం
బానఁగఁ గాంచి "అగ్బ" రమ రాలయ మేఁగె వెలుంగుజుక్కయై.

శా. ఎన్నో బాధలు పొందుమందు మని నన్నీ భూమివర్జించి యా
పున్నెంపుంగని అగ్బరేఁగె దివికిన్ బూర్ణేందు బింబంబు వా
ర్ధిన్నిద్రింపఁగఁ బోయి నట్లిఁక మహాంధీభూతమాలిన్య సం
ఛన్నాస్మన్నివిషిద్ధజీవిత మభాసం బెన్ని నాళ్ళుండినన్.

సీ. ఏమాట చెప్పిన నెదురాడఁగా లేదు
పరమసాధ్వీత్వంబు వఱలుకతన
ప్రాణాల నర్పించి పరిచర్యలను జేసె
పరమహర్షంబు ముందరను నిలువ

కలిమిలేములను నొక్కటిగాఁగ గణియించె
నిత్యకల్యాణంబు నెలకొనంగ
ఏవురు కొడుకుల నిద్దఱు కూఁతుల
సతతంబు దీవించు నాత్మశాంతి
తే. ప్రతిదినంబును జదువు ఖురాను మాజు
వఱలి శీలాన నలువది వత్సరములు
ధరణి జీవించి స్వర్గాన కరిగె నగ్బ
రాంబ దివిజులు నీరాజనంబు లిడఁగ.

చం. పరమపవిత్ర యీవెలఁది పండితురాలు నితాంత సత్యసం
భరిత రసాత్మక ప్రకృతి వడ్డికిఁబాఱెను ప్రేమమూర్తి సుం
దర సముపాసితం బయిన ధర్మపథంబును సంతరించి యీ
శ్వరునెడ నగ్బరాంబ కడుఁ బ్రార్థనసేయును నెల్లవేళలన్.

శా. పల్లెన్ బుట్టిన ఢిల్లిలో బ్రిటిషుసామ్రాజ్యంబు పాలించు వా
రెల్లన్ వచ్చి సమాధి సేసిరి భవన్మృత్యున్ విచారించి యో
ఫుల్లాబ్జానన! "అగ్బరాంబిక" భవత్పుణ్యంబు దేశాల రా
జిల్లన్ విచ్చిన కుందఁబోలె వెస నే జేరాడుచున్నా నిటన్.

చం. హృదయము ముక్కలౌనటుల నేడ్చుచుఁ గన్నులనీరు కాల్వలై
చెదరఁగ నిన్ను లోకములఁ జేరుటకంటె సమాధిఁదొంటి నీ
సదనముఁ జేరు మార్గము విచారణసేయుట లెస్స యైహికా
స్పద విభవానుషంగభవబంధము వాసిన నిన్నుఁ జూడఁగన్.

శ్రీ కవిగారు ఇస్లాం మతస్థులు. వీరి మాతృభాష ఉర్దూ. ఆంధ్రభాష మాతృభాష కానివారు తెనుఁగున సరసకవిత్వముఁ జెప్పినవారు ఈ కవిగారొక్కరే.

వీరు రచించిన గ్రంథము లేబదివఱ కున్నవి. శ్రీ కవిగారు తమ శిష్యులకు దర్శన మిచ్చుటకై నరసాపురము (పశ్చిమగోదావరిజిల్లా) వెళ్ళి అచ్చట ది 23 జనవరి 1945 వ నాఁటి సాయంతనము 5 గంటలకు దివి నలంకరించిరి. వీరి భౌతికదేహమును పిఠాపురము తెచ్చి 24 వ తేదీ సాయంతనము రైలుస్టేషను వద్ద నున్న వారి యారామములో సమాధిచేసిరి.

పీఠిక

చంద్రగుప్త చక్రవర్తి చరిత్రమందలి ఒకభాగమును శ్రీ ఉమర్ అలీషాకవిగారు 1910 వ సంవత్సరమున ఆఱంకముల క్రొత్త నాటకముగా వ్రాసి 1911 వ సంవత్సరమునఁ బ్రకటించిరి. మొదటి కూర్పునందలి పీఠికలో శ్రీ కవిగా రిట్లు వ్రాసిరి.

“చంద్రగుప్తుఁడను చక్రవర్తి మగధరాజ్యమున పాటలీపుత్ర సింహాసనారూఢుఁ డగుటకు పెక్కు వ్యాఘాతములు తటస్థించినవి. తదీయ చరిత్రాదికములు పురాణప్రసిద్ధములే గాక సంస్కృతమునఁ గల ముద్రారాక్షస మను నాటకముచే మఱింత వెల్లడియయ్యెను. ఆ ముద్రారాక్షసము మ. రా. శ్రీ బ్రహ్మశ్రీ శతావధానులు తిరుపతి వేంకటకవులు రసవంతముగా నాంధ్రీకరించిరి. అంతకు పూర్వపుగాథ అనగా నందవంశమును చాణక్యుఁడు సంహరించినట్లు మ. రా. శ్రీ బ్రహ్మశ్రీ పానుగంటి లక్ష్మీనృసింహకవిగారు ప్రచండచాణక్య మను పేర నొక నాటకము వ్రాసిరి. ఈ రెండు కథలకు తరువాతి కథయిది. విజ్ఞానచంద్రికా గ్రంథమాలయం దొక కుసుమముగా మ. రా. శ్రీ కే. వి. లక్ష్మణరావుగారిచే రచింపఁబడిన హిందూమహాయుగములో చంద్రగుప్తుని గూర్చి యొక్కింత చరిత్రము గలదు. దానిని సంప్రతించి మఱికొన్ని సంప్రదాయములు సంపాదించి సందర్భానుసారముగా కథ చెడకుండ దీనిని కొన్ని వారములలో పూర్తిగావించితిని.”

ఈ నాటకము వీరరసపూరితములై భారత జాతీయతను రేకెత్తించు ఘట్టములతో నలరారుచున్నది. ఇది చదువరులందు జాతీయదీప్తిని వెలిఁగింపఁజేయుననుట యతిశయోక్తి కాదు. ఇట్టి నాటక

మును శ్రీ కవిగారు 1910 వ సంవత్సరముననే వ్రాసిరన్న వారి జాతీయాభిమానమును గొనియాడ నలవికాదు. ఇఁదొకపద్యము చూడుఁడు.

గీ. స్వచ్ఛమైన భరత ♦ వంశ సంజాతుఁడ
వైన క్షత్రియుండ ♦ వైన నీకు
గ్రీసు దొరలకు సహ ♦ వాసమేటికి, పెద్ద
పులికి నక్క చెలిమి ♦ గలిగినట్లు.

ఇట్టి యనేక పద్యములతో విరాజిల్లుచున్న యీ నాటకము నేటికిని సరిక్రొత్త నాటకమువలెనే యున్నది. ఇట్టి నాటకములు యువకులు విశేషముగాఁ జదివి జాతీయతను బెంపొందించుకొని దేశసేవాపరాయణులయి ధన్యులయ్యెదరుగాక. ఇది మన పురోభివృద్ధిని బెంపొందించు వాఙ్మయమునకుఁ జెందిన గ్రంథము. ఇందలి విషయములు ప్రకృత పరిస్థితులకుఁగూడ సరిపోవునట్లుండుట మిక్కిలి యాశ్చర్యము.

శ్రీ సరస్వతీ ముద్రాక్షరశాలాధికారులగు శ్రీ అద్దేపల్లి నాగేశ్వరరావుగారు ఈ గ్రంథమును అచిరకాలములోనే ముద్రించి యిచ్చిరి. వీరికి మా యభివందనములు.

పిఠాపురము
15 – 8 – 1955

మదీన్ కబీర్ షా
వారణాశి సత్యనారాయణ శాస్త్రి
గౌ॥ కార్యదర్శులు
శ్రీ ఉమర్ అలీషా కవి
గ్రంథ ప్రచురణ సంఘము.

ఇష్టదైవ నుతి

కం. మానవుఁడో యీశ్వరుఁడో
గాని ప్రతిచ్ఛాయలేని కళ్యాణగుణుం
డైన మహమద్ రసూలు సు
భానుని ధ్యానింతు భోగభాగ్యము లొసఁగన్.

శా. శ్రీయూఖైలలిషా గురూత్తమ, నినున్ సేవింతు నిత్యంబు నా
చేయం జొచ్చిన దుష్కృతాటవులకున్ జిచ్చై ప్రదీపింపుమా
నీయస్తోకకృపామృతంబిడి సదా నీవైపు నాదృష్టులన్
జేయంగోరుచు సంస్మరించెద నెదన్, జేజేల నర్పించుచున్.

ఉ. శ్రీలలనాసమాన! శ్రితసేవక భక్తజనానుకూల, యు
ద్వేల కృపాలవాల! గుణ, విశ్రుతసన్నుత! శాంతిపూత! యూ
ఖైలలిషా గురూత్తముని యంగన! యోగురురాజ్ఞి! యోమహో
శీల! నినుం భజించెదను, శ్రీ లిడుమమ్మ! సిలారమాంబికా!

నాటకమున వచ్చు పాత్రలు

పురుషులు

చంద్రగుప్తుఁడు	కథానాయకుఁడు. (ఈతనికి మౌర్యుఁడనియు, వృషలుఁడనియు వేఱునామములు గలవు.)
మహాపద్మనందుఁడు	చంద్రగుప్తుని జ్ఞాతి (ఈతని పద్మనందుఁడు, నందుఁడు నందురు.)
శ్రుతశ్రవుఁడు	మహాపద్మనందుని మిత్రుఁడు
మంత్రి	చంద్రగుప్తుని మంత్రి
చాణక్యుఁడు	చంద్రగుప్తుని గురువు (ఈతనికి కౌటిల్యుఁడని కూడ పేరు గలదు.)
సెల్యూకసు	అలెగ్జాండరు ప్రతినిధి. పాంచాలపురాజు.
మెగస్తనీసు	సెల్యూకసు సేనానాయకుఁడు

పౌరులు, పాటచ్చరులు, సేన, నానాదేశభూరాజులు, సేవకులు, వార్తాహరులు మఱికొందఱును సందర్భానుసారముగా వత్తురు.

స్త్రీలు

శోణోత్తర	కథానాయిక, సెల్యూకసు కుమార్తె.
వసంతిక	శోణోత్తర చెలికత్తె
జోశా	శోణోత్తర తల్లి

నానాదేశనృపాల కన్యకలు

చంద్రగుప్త

నాంది

చ. భువనము నాట్యమందిరము ; ♦ భూపతు లాడెడుపాత్రముల్ ; కవుల్
యవనికలందుఁ దాళకులు ; ♦ హాళికు లందఱు సభ్యు ; లంగనల్
ప్రవిమలదీపపంక్తు లటఁ ♦ బాటలు పాడెడు సూత్రధారి వై
భవము లొసంగు మీకు భగ ♦ వంతుఁడ నేనని చెప్పకుండగన్.

తే. గీ. ఆకుపచ్చనికొమ్మకు ♦ నందమైన
యెఱ్ఱనినుమంబు గల్పించు ♦ నెమ్మొకాఁడు
వానచినుకున ముత్యంబు ♦ వఱలఁజేయు
దేవదేవుండు మీకిచ్చు ♦ దీర్ఘసిరులు.

(నాంద్యంతమున)

సూత్రధారుడు — (ప్రవేశించి) నటీ! సత్వర మిటురమ్మా.

నటి — (ప్రవేశించి) నాథా! సొమ్ములైన సింగారించుకొననివ్వక అంతత్వరగా రమ్మన మని పిలిచితి రెందుకు ?

సూత్ర — సొమ్ములు సింగారించుకొను టెందులకు ?

నటి — అందమునకు.

సూత్ర — సహజశృంగారవతివైన నీకు సొమ్ములతో సౌందర్యము వచ్చు నని నేనూహింపలేదు

తే. గీ. కవిత నెఱుగక పాండిత్య ♦ గరిమచేతఁ
బద్య మల్లిన రస ముట్టి ♦ పడనియట్లు
సహజసౌందర్య మగు విలా ♦ సంబులేక
సొమ్ము లుండిన సుదతికి ♦ సొగసురాదు.

నటి — అది యొకరీతి. మఱియు,

క. బంగారుబొమ్మయైనను
రంగగువస్త్రములచేత ♦ రాణించెడు న
ట్లంగనలం కంద ముండిన
శృంగారము వచ్చు నగల ♦ చేత జగానన్.

కావున పండితుఁడైన కవికినలెనే యందకత్తెయైన యంగన
కలంకారమువలననే శోభ వచ్చును.

సూత్ర — నీవాదమే గెలిచినదిలే.

నటి — నాథా! ఈసభ్యు లిక్లేల విచ్చేసియుందురు ?

సూత్ర — ఈవేళ మన మొక చరిత్రాంశకమైన మహానాటకము ప్రద
ర్శించెద మనిగదా ప్రకటించితిమి తదీయ విలోకనసముత్సుకులై
వచ్చియున్నారు. ఏదైన నొక ఋతువునుగూర్చి పాడి వీనుల
కొకింత విందు సేయుము.

నటి — వేరుగా సేయనేల ?

చ. శుకపికశారికావళికిఁ ♦ జూతఫలంబులవిందు ; బంభర
ప్రకరముకెల్ల పుష్ప మక ♦ రందపుపానము లామృగాళికిన్
వికసితసూనశయ్యలు ప్ర ♦ వీణతనిచ్చు వసంతునిండ్ల నా
టకముల నాడఁ జూడఁగఁ గ ♦ డానిముదం బుదయించుచుండగన్.

సూత్ర — బలే!

తే. గీ. పాట పాడితి వానంద ♦ పారవశ్య
మునఁ జుమా! రాళ్ళు తరువులు ♦ మొద్దువాఱె;
పూలు వికసించె, లే నవ్వు ♦ మొగమువోలె
కంతుఁ డిక్షుచాపము పూనె ♦ నింతి యదిగో.

నటి — ప్రియవల్లభా! ఏరాజు నర్థించి నేఁటి నాటకము ప్రసిద్ధి గాంచుచున్నదో మఱచితిని. వచింపుఁడు.

సూత్ర — ప్రమాదము చేసితివి. ఆతఁడు ప్రాతఃస్మరణీయుఁడు గాదే.

ఉ. భారతవర్షమం దితర ♦ పార్థివులం జొరనీక శౌర్య గం
భీరత నేకచక్రముగ ♦ మేదిని నేలినచక్రవర్తి పె
న్కీఁటితో దిగంతముల ♦ గెల్చి జయధ్వజముల్ రచించి సాం
పారిన చంద్రగుప్తుని ని ♦ జాన్వయనాటక మిద్ది కోమలీ.

నటి — ఓహో! మౌర్యవంశస్థాపకుఁడైన చంద్రగుప్తుఁడా! ఆ మహారాజు నెవ రెఱుంగరు? ఇది ముద్రారాక్షసనాటకమా యేమి?

సూత్ర — కాదు. దానితరువాతి చరిత్రాంశకమైన కథ. చంద్రగుప్త యను నాటకము.

నటి — ఇది రచించిన కవి యెవరు?

సూత్ర — నీవును ఎఱింగి యుండవచ్చును.

తే. గీ. కావ్యములు నాటకంబులు ♦ నవ్యభవ్య
వచనచిత్రప్రబంధముల్ ♦ వ్రాసి కీర్తి
గన్న పుత్రమాలిపా యను ♦ కవియొకండు
చంద్రగుప్తను చేసె భా ♦ షామనీషి.

నటి — ఓహో! ఉమ్రేఅలీషాకవియా! ఈతని నెవ రెఱుంగరు? ఈతని వంశమం దాంధ్రభాషాపాండిత్య మనుశ్రుతముగా వచ్చు చున్నది గదా!

సూత్ర — అవును. తాతతండ్రులును విద్యాగరిష్ఠులై కీర్తి గన్నవారు.

తే. గీ. చంద్రగుప్తునిఁ జూడఁగాఁ ♦ జాలలేక
జ్ఞాతిపద్మనందుఁడు శ్రుత ♦ శ్రవునిఁ గూడి
కుట్రలను బన్ని రాజ్యంబు ♦ గొన్న పాప
కాల మిదె వచ్చె కలిరాజు ♦ గారు చొచ్చె.

నటి — (దృష్టి సారించి) ఓహో! నాథా! పద్మనందుఁ డదే విచ్చేయు చున్నాఁ డిట నిల్వరాదు.

సూత్ర — అట్లైన పోవుదము. (అని యిరువురు నిష్క్రమింతురు)

ఇది ప్రస్తావన.

ప్ర థ మాం క ము

రంగము — పాటలీపుత్రమునందలి యుద్యానవనము

(మహాపద్మనందుఁడు శ్రుతశ్రవునితో ప్రవేశించును)

నందు — ఇంక నెంతని చింతించిన నేమికార్యము ?

చ. కడువడిఁ గ్రొమ్మెఱుంగులను ♦ గాంచి క్షుధార్తిఁ గృశించి వర్షపుం
జడములు త్రావఁబోవునల ♦ చాతకపక్షికి నీటిచుక్కయో
వడగలియో లభించునటు ♦ వంటిదె రాజ్యము కోరి పోరికై
కడఁగ జయంబో యోటమియొ ♦ గల్గు వరించినకన్య గా దదిన్.

మిత్రుఁడా ! శ్రుతశ్రవా ! శుద్ధసాత్త్విక ప్రధానమైన బౌద్ధమతావలంబనముచేఁ గదా ! మన నందరాజవంశము మొఱుము వోయిన కత్తివలె పౌరుషము చెడి, ప్రచండాఖండభండనంబున రిపుశుండాలదండంబులు ఖండించు దోర్దండకోదండపాండిత్యము నానాఁటి కడుగంటి రూపుమాయవలసివచ్చినది ! అక్కటా ! చెట్టు చెడు వేళ కుక్కమూతి పిందె లుదయించు నన్నట్లు స్వచ్ఛమైన పాలవెల్లివంటి మన నందవంశమున విషతుల్యుఁ డగు చంద్రగుప్త చండాలుఁ డుదయించి, చాణక్యాధముని గూడి వంశవృక్షమును వేరుపురుగువలె నశింపఁ జేయఁగా నేనొక్కఁడ చావు దప్పి కన్ను లొట్టవోయినట్టుల మిగిలినవాఁడ నన్నమాటయే గాని జీవచ్ఛవమైన నన్నుఁ జూచి సంతసించెడివా రెవ్వరు ? మాపూర్వులు నిర్వక్రపరాక్రమ విక్రములై రక్తము పాఱించి సంపాదించిన యశేషరాజ్యలక్ష్మి యొక్క శూద్రాధముచేతఁ జిక్కి యేకచక్రముగా పాలింపఁబడుచుండఁగా నోటిలో

వ్రేళ్ళుంచుకొని చేఁతగాని వానివలె నే నెట్లూరకుండనోపుదును! ఈసంగతు లన్నియుఁ దలంపునకు వచ్చిన నాయొడలు భగ్గున మండిపోవుచున్నది. అనన్నా! యెంత దురాగత మాపాదిల్లినది ?

మ. సకలక్షోణివిపక్షనిర్దళనద ♦ క్షం బైన శస్త్రాళితోఁ
జికితానిందితరాజ్యలక్ష్మిని మహా ♦ సంగ్రామరంగంబునన్
జికురంబుల్ సవరించి నందుఁడు ప్రతి ♦ ష్ఠించెన్‌గదా దాని నేఁ
డొకశూద్రాధముచేతికిన్ విడిచి నే ♦ నున్నాఁడ నూఱేండ్లకున్.

మ. కులమా నీరయిపోయె నాహృదయమున్ ♦ క్షోభింపఁగా జొచ్చె వ్యా
కులభావంబులు ప్రాప్తమయ్యె నకటా ♦ క్షుత్పీడనావ్యక్త చి
త్తులలీలన్ వగఁ గూరనయ్యె వృషలున్ ♦ దున్మాడుటల్ చూడఁగాఁ
గలలోఁ గన్నగజంబు ; నాబ్రతుకు రి ♦ ¯ం బింక వేయేటికిన్.

శ్రుత — మిత్రుఁడా! నందా! నందకులకలశాంబుధిరాకానిశాకరా! నీఖరకరవాలము వైరిరాజమండలములఁ బరిమార్చు భూరిభుజంగం బని యెఱుంగవా? నీ వేల గత చరితంబునకై వగచెదవు! నీదురాగ్రహపరాక్రమవహ్నిముంగల చంద్రగుప్తునివంటి మిడుత లెన్ని భస్మీభూతంబులు కాఁజాలవు?

ఉ. కేలను గత్తిఁ బూని రణ ♦ కేళిని నిల్చిన నీవు వైరిశుం
డాలకరండపంక్తుల న ♦ డంచెద వేను విరోధు లన్న వే
లీలల మభ్యపెట్టి యవ ♦ లీల జయింతును జంద్రగుప్త చం
డాలుని యుద్ధమందో కప ♦ టంబుననో కడ తేర్పఁగావలెన్.

నందు — అది మిథ్యామనోభ్రాంతి. చంద్రగుప్తునియందు ప్రజ లనురాగులై యున్నవారు. ఆతఁడు ప్రజల యభిమతమున నిష్పక్షపాతబుద్ధితో తగినన్ని స్వాతంత్ర్యము లొసంగి పరిపాలించుచు

న్న వాఁడు. అట్టి సకలజన సకలధర్మ సమ్మతుఁడైన మహారాజును యుద్ధమందుఁగాని కపటోపాయమునఁ గాని గెల్చుట దుస్సాధ్యము.

శ్రుత — దుస్సాధ్య మెంతమాత్రమును గాదు.

నందు — కాకపోవచ్చును. వాని సామంతరాజు లాబోతులవలె బలిసి నిరంతర కలహప్రియులై తమలో తాము ఘోరముగా పోరాడుచు యుద్ధభూమిని రక్తముచే తడుపుచు, మేదోమాంసంబులను కల్లంపి చల్లి వధలచే కాళికాసంతృప్తి గావించి జయరేఖలు దిశాభాగంబుల ముగ్గులు వెట్టుచున్నారు. ఈసమయమున వారిని జేరి సహాయము గోరి మన మవలీల చంద్రగుప్తుని సార్వభౌమత్వమునుండి తొలఁగించి రాజ్య మాక్రమించుకొన వచ్చును.

శ్రుత — అది కేవల మసంభవము. సామంతరాజు లెంతవఱకు తమలో తాము కలహింపుచు దురో అంతవఱకు సార్వభౌముని కే హానియు రానేరదు. వారలు మనకు సహాయులు కాఁజాలరు. కావున చంద్రగుప్తుని గెలువవలె నన్న యుద్ధముకంటె మిష యే సుప్రయోజనము.

నందు — అట్టిమిష యేమున్నది? మన మెట్లల్లగలము? మనచేత నే మగును?

శ్రుత — మనచేత నేమగునా! ఎంత మా టంటివి? మనచేతఁ గాకున్న వజ్రాయుధము చేతఁబట్టిన దేవేంద్రునివల్లఁగూడ కానేరదు.

నందు — దేవేంద్రుఁడే గాదు, నాలుగు మోములు పెట్టుకొన్న బ్రహ్మదేవునిచేతఁగూడఁ గానేరదు.

శ్రుత — బ్రహ్మ చేతఁగాకుఁడుటచేతనే దౌర్భాగ్యుఁడు కులపాంసనుఁడు నీచుఁడైన చంద్రగుప్తాధముని రారాజునుగాఁ జేసిపెట్టినవాఁడు.

నందు — ఏచండాలుఁడైన నేమి? వానిస్వపక్షు లనేకు లున్నారు. వాఁ డాశ్రితపక్షపాతి. కావున వానిరాజ్య మాచంద్రార్క మీ ధరావలయంబున నప్రతిహతముగా సాగు నని తోఁచుచున్నది.

శ్రుత — సరే. యెవ్వఁడైతే స్వపక్షు లున్నారో పరపక్షు లవశ్య ముండి తీరవలయును. నిరంకుశాధికారము సేయువానికి పక్షభేద మెప్పు డేర్పడునో అది వినాశకారణ మని యెఱుంగవలయును. అదిఁ గాక యిది రాజ్యము. ఒకరి సొత్తు గానేరదు.

చ. జలజవిరోధమున్ గలువ ♦ సఖ్యము గూర్చెడురాజొ యెప్పుడున్
నిలువఁడు కృష్ణపక్షమున ♦ నింగి తొలంగి నశించి పోవఁగా
వలయును పక్షముల్ తెగిన ♦ పక్షివిధంబున నెట్టివారికిన్
మలఁకలు సాగిరావు నడి ♦ మంత్రపుఁగల్మలు గావె రాజ్యముల్.

కావున నేను చెప్పిన చొప్పున నీవు నడచితివేని నీ కవశ్యము మగధరాజ్యపట్టాభిషేకము లభింపఁగలదు.

నందుఁ — అది యెట్లు?

శ్రుత — చంద్రగుప్తుఁడు యుక్తవయస్సు నిండారనివాఁడు. వానికి ప్రపంచజ్ఞాన మంతగా నుండదు. ఉన్నను దూరదృష్టి దూరశ్రవణ పరాయణుఁడు గానేరఁడు. మన మాతనియొద్దకు బంధురూపమున బోయి హితవచనంబులతో వానిని కొలుచువారివలె నటించి క్రమముగా మంత్రిసామంతాది చతురంగబలమును వశముఁ జేసికొని ఆవల నాచంద్రగుప్తుని వెన్నలో వెంద్రుక వలె నూడఁబెఱికి యడవులకుఁ బట్టింపవచ్చును.

నందు — సరే! బాగుగ నున్నది గాని నాబ్రతుకుతో పాటు ఆనీచుని సేవకుఁగూడ నొడంబడవలయునా!

శ్రుత — సమయము తప్పివచ్చినప్పు డట్లూహింపరాదు. విహితమున విషము త్రాగించినట్లు విరోధమున పాలు త్రాగించలే రన్న మాట నెఱుంగవా!

తే. గీ. కార్యసాఫల్యమును జేయఁ • గడఁగువార
లెగ్గనక నీచతకుఁ దల • యొగ్గవలయు
ఖలుని సాధింప గాడిదె • కాళ్ళు పట్టి
దేవురింపఁడె యల వసు • దేవుఁ డపుడు.

కావున నీ విప్పుడు నీచాధికములఁ బాటింపకుము.

నందు — సరే! నీయాదేశమట్లు పౌరుషమును జంపుకొని కులగౌరవములు మఱచి విధిని దూఱుచు నేరగానివలె చంద్రగుప్తుని చరణాంబురుహములకుఁ జాగిలి మ్రొక్కి సేవఁ జేయవలయునుగా! నా రాచకులమున కెంతముప్పు తెచ్చిపెట్టవలసివచ్చినది. కట్టా! విధివిధాన మట్లున్నది గాఁబోలును.

శ్రుత — నీ వట్లెన్నటికిని దలంపకుము.

ఉ. రాచకొలంబులో బ్రతుకు • రాలఁగ రాజ్యములూడ దీనులై
యాచకు లెందఱైరి తమ • యాలిని జూదమునోడి సిగ్గుచే
పాచకు లెందఱైరి విభ • వంబులుబోవఁగ కాడుఁగాయుచున్
నీచత కోర్వలేదె మును • నీవ యెఱుంగవె నందనందనా!

కావున రమ్ము పోవుదము.

(అని యిరువురు నిష్క్రమింతురు)

ఇది విష్కంభము.

రంగము — రాజసభా భవనము

(చంద్రగుప్తుఁడు, మంత్రి సామంతరాజులతో కొలువుదీర్చి యుండుట)

చంద్ర — మంత్రివర్యా! మన పినతండ్రి కుమారుఁ డగు మహాపద్మ నందుఁడు కడువిశ్వాసియు, ఔదార్యగుణసంపన్నుని వలె మనల నెయ్య మారసి సఖ్యమున కొలువు వేఁడుచు వచ్చియున్న వాఁడు గదా! వాని నాదరించుట మన పురోభివృద్ధికిని వయశ్శ్రీకిని శ్రేయోదాయకం బని నాకృతనిశ్చయము. ఏమనిన నందవంశజుఁడు వాఁడొక్కఁడే నిలిచియున్న వాఁడు. వంశనాశన మైన దను చింత వానితో నాకు నేఁడు పూర్తిగా నివర్తించినది.

మంత్రి — అది యెట్లు పొసఁగును? నీతల్లి మురయైనను, నీతండ్రి నందుఁడు గాఁడా! నందవంశజుఁడవు నీ వుండఁగా వంశనాశన మైనదని యెట్లు చింతింపఁగలవు. కావున వీనినిఁ గూడ దెగ టార్చి నీవే వంశమునకు మూలపురుషుఁడవు కమ్ము. లేనిచో నీకు పెక్కు హానులు రాఁగలవు.

చంద్ర — చాలుచాలు. సోదరు నాదరించిన హాని గలదనియు, విశే షించి వాని ప్రాణములను దీయు మనియు, నీవు తప్ప మఱెవ్వ రును జెప్ప సాహసింపరు.

మంత్రి — సాహసము గాదు. ముమ్మాటికిని సత్యము.

ఉ. ఆదిని సఖ్యమారసి ద ♦ యాపరతన్ విహరించి చాల స
దో్యవమితస్వభావులయి ♦ ద్రోహము సేతురు తప్పకుండ దా
యాదులకన్న శత్రువు లి ♦ హంబునలే; రలపాండవేయులన్
బాదల డించి ఘోర వన ♦ వాసము లంపరె మున్ను కౌరవుల్.

పామునకు పంటియందును, జ్ఞాతికి కంటియందును విషముండుట వాస్తవము. కావున శత్రుశేషము విడువరాదు.

చ. పొరిగొను శత్రులన్ బిడికి ♦ పోటునో కత్తినో త్రుంచి యీర్ష్యతోఁ
జుఱఁజుఱ రక్తధారలనుఁ ♦ జుర్రి మదం బడఁగింపకున్న రా
చరికము సాగిరాదు దయ ♦ సల్పినఁ జేతికిఁ గుండ, కజ్జి వే
గిరముగ వచ్చు రాజ్యమును ♦ గీజ్యము నిల్వదు మాట లేటికిన్.

చంద్ర — ఏది యెట్లైనను నాపినతండ్రి కుమారుఁడు దిక్కుమాలినవాఁడై గతించిన తలిదండ్రులచే కలిగినచింత హృదయవీథిని గాల్చుచుండ నొంటిప్రాణితో నన్ను కన్నులారఁ జూచుచు సంతసించు వానిని నే నెట్లు కాదని వెడలఁగొట్టఁగలుగుదును? అంతకంటె పాపకార్య మింకే ముండును? అట్టి పశుప్రాయుఁ డైహికాముష్మికంబులకుఁ జెడి తీరని జనాపవాదంబులకు పాలై పొగిలి పోవలసివచ్చును.

మంత్రి — అక్లేమి!

చంద్ర — కాదా?

తే. గీ. రక్తమును పంచుకొని పుట్టి ♦ రాజ్యకాంక్ష
చేతఁ బినతండ్రిపుత్త్రుని ♦ చేతులారఁ
జంపుకొనుకంటె పాప మీ ♦ జగతిఁ గలదె
కూరకై పెంచుపిట్టను ♦ గోసినట్లు.

మంత్రి — ఇంతకును నీపట్టు వీడకున్నావు. ఒక చెంప పాలును నొక చెంప నీరును గారు నీకీప్రపంచపుమాయ లెట్లెఱుంగవచ్చును? మనుష్యులంద ఱొకతీరుగ నుండవచ్చునుగాని మానసంబులు మాత్ర మట్టులుండ నోపవు. ఇప్పు డానందుఁ డాడెడు తియ తియ్యని మాటలకు మోసపోకుము.

తే. గీ. దంభమునఁ బయోముఖవిష ♦ కుంభమట్లు
వచ్చి మేఁకవన్నెలపులి ♦ వంటివారు

తియ్యగాఁ బల్కి కపటమై ♦ త్రిని నటించి
మ్రింగుదురు రాజ్యమును మన్ను ♦ మిన్నులనక.

కావున కట్టెవంక ప్రొయి తీర్చు నన్నట్లు లిట్టివారికి కత్తియే బుద్ధి చెప్పవలయును. నీచే నభిమానింపఁబడు నీ పినతండ్రికొడుకు నీహితవిరోధులకు పిండప్రదానములు సేయువాఁడు. కావున నావిరోధము వీనిహృదయపీఠికపై రగులుచుండకపోదు.

తే. గీ. అగ్ని నార్పియు మిణుగురు ♦ లార్ప నట్లు
పాములను జంపి పిల్లల ♦ నోమినట్లు
ద్రోహులను జంపి నిను జంప ♦ సాహసించు
పాపి వీని గాచుట రాచ ♦ పాడిగాదు.

కావున రణ ఋణ శత్రుశేషములు విడువరాదు. వీనియందు నీ కంత యనురాగమున్నచో వలసినన్ని యూడిగంబులఁ జేసి వస్త్రాలంకారవివిధభూషణభాషణంబుల గజతురంగంబులతో న లంకరించి సకామవృత్తి నాదరించి వేగిరము సాగనంపుము. లేదా! నిర్బంధవివిధవిషాదాలంకృతభీషణగభీరంబైన కారాగృహంబున నినుపసంకెళ్ళతో కట్టి జొన్నన్నము పెట్టింపుము. ఈ రెండింటికి నొడంబడవేని నీ కవశ్యము హాని చేకూరక మానదు. ఆవల చింతించిన నేమి ప్రయోజనము? అలభ్యయోగముగా లభించిన పగతుని తృణప్రాయుఁడని యెంచి విడువరాదు.

తే. గీ. వైరి సాధారణుం డని ♦ పలుకరాదు
వాఁడికత్తితో బొమ్మపై ♦ వచ్చు నతఁడె
రాళ్ళ జలజలమనుసెల ♦ యేళ్ళుగావె
ముంచి మదగజంబులఁ బోలి ♦ యించుచుండు.

చంద్ర — ఏమీ ! చతురబ్ధివలయితకువలయాధికారము నాకరమున బదరీఫలసమానమై యెదురులేక నాయాజ్ఞ నవిచ్ఛిన్నముగా దిశాభాగంబులఁ గంచుగంటవలె మ్రోఁగుచు పొల్లువోక చెల్లుచుండఁగా నొండొకఁడు నన్నెదిరించి దండింపఁగల దండివీరుఁడీ బ్రహ్మాండకటాహాపంక్తులందుండునే? మదీయ దోర్దండకోదండదండంబు చాగిన దండధరుండైన తన కాలదండంబును సన్న్యసించి మాంపాహి యని కైచాపు లర్పించి వెన్నుఁ జూపి పాఱఁజూచునుగదా! అట్టి నన్ను నాపినతండ్రి కుమారుఁ డేమి చేయ సాహసించును? ఆతఁడేమో మోసపుచ్చు నని నాకు నీవు పిఱికిమందు పోయనక్కఱలేదు. వానికే నే నీఁకమీఁద సర్వాధికార మొసంగి ధరావలయ మేలించెదను.

మంత్రి — ఆహా! యేమి యీ విపరీతము! ఆధిపత్యముఁ గూడ నొసంగునఁట!

చ. చెడు గొనఁగూడునప్పుడు వ ♦ చించుహితంబు విషంబుకైవడిన్
వెడఁగుగఁ దోఁచు మిత్రునెడ ♦ పేర్మి నశించు నిజాపవాదముల్
పెడచెవిఁబట్టు చెట్టుచెడు ♦ వేళల పుచ్చులు వంకపిందె లే
ర్పడుగతి పాడుబుద్ధులు తి ♦ రస్కృతభావము లబ్బు నేరికిన్.

చంద్ర — ఇట్టి తిరస్కారగర్భితమైన వాక్యములు నీవాడ నగత్యము లేదు. నేను తప్పక పద్మనందునకు సర్వాధికార మొసంగెదను. అందుకు నీ వేమనియెదవు?

మంత్రి — నా మంత్రిపదవికి నేఁటితో నీళ్ళు వదలుకొనుచున్నాఁడను. ఇదే గైకొనుము. (అని కత్తియు ముద్రయు పాఱవేయును) ఓరాజా!

చ. చిటిముటిటీపుమాట లెరఁ ♦ జేయుచు రాజ్యరమావధూమణిన్
గుటుకున మ్రింగి ని న్వెతలఁ ♦ గూలిచి కానల కంపి యశ్రువుల్
జొటజొట రాల్పినన్ గరుణఁ ♦ జూపక దాఁ బగఁ దీర్చుకోఁగ ను
త్కటముగ వచ్చినట్టిపులి ♦ కాని సహిష్ణుఁడు గాఁడు చూడుమీ.

చంద్ర — సరే! పోనిమ్ము. నీసర్వోత్తమత్వముతో మాకు నిమిత్తము లేదు. మాకట్టి దీనస్థితి వచ్చినప్పుడు సంతసించెదవుగాని పొమ్ము; ఇంక నీ విచట నిల్వవలదు.

మంత్రి — ఇది నీదురాగతమునకుఁ గాలము గాన నే నిచ్చట నిలుచుటయు నసంగతమే! (అని దిగ్గున లేచి)

తే. గీ. కొమ్మ లన్నియుఁ దెగినట్టి ♦ కుజము వోలె
వంగసము పోవ నిన్ దిగ ♦ మ్రింగుకొఱకుఁ
దడవుచున్నాఁడు నీ పిన ♦ తండ్రికొమరుఁ
డేకువలె వచ్చి బిగియించు ♦ మేకువలెను.

(అని నిష్క్రమించును)

చంద్ర — సేవకా! మహాపద్మనందుని సగౌరవముగా రథ మెక్కించి తోడ్కొని రమ్ము.

సేవ — చిత్తము. దేవా! (అని పోవును.)

సామంతరాజులు — రాజా! వలదు, వలదు; నీమంత్రి పలుకులు త్రోసివేయకుము. ఈనందుఁడు నిన్ను మాయఁజేయుటకు వచ్చినవాఁడుగాని మేలుచేయుటకుఁ గాదు.

క. జ్ఞాతికి దుర్జ్ఞాతికి వి
ఖ్యాతం బగు నీతి గల్గ ♦ దంత్యమునం దీ
పాతకులు వెనుకదీయక
ఘాతలు సలుపుదురు లోక ♦ కంటకు లగుటన్.

చంద్ర — ఈపద్మనందుఁడుమాత్రము జ్ఞాతివైరము కొఱకు వచ్చినవాఁడు గాఁడు. కావున వీని నవశ్యము నాదరింపఁ దలఁచుకొంటిని. మీరు నా విహితము కోరినయెడ వలదని వారింపకుఁడు.

సామం — సరే! నీ కంతపట్టుగా నున్నయెడల మధ్యను మాకెందుకు? మేమును లేచిపోయెదము. (అని నిష్క్రమింతురు)

పద్మనందుఁడు — (ప్రవేశించి, స్వగతము) నామంత్ర మీ మురకుమారుని తల కెక్కినది. ఇఁక వేలీలల బాధపెట్టి యవలీల వీనిని కువలయాధిపత్యమునుండి తొలగించి శ్రుతశ్రవాదులతో ధరాచక్రము నిరంకుశముగా ప్రభుత్వము చేయు శుభసూచనలు నాకుడి కన్నదరి సూచించుచున్నవి. ఓరీ మౌర్యా! ఇంక నీవెంతరా!

చ. సలసలఁ గ్రాఁగుచున్నది వి ♦ చారముతోడ మదీయరక్తమున్
జలధినిబోలె పొంగుచు ని ♦ జంబుగ మౌర్యుని బట్టి మద్గదా
కలిత నిపాతసంహతుని ♦ గా నొనరించినఁ గాని నాదు హృ
జ్జలజము వీడఁబోదు ప్రమ ♦ దం బుదయింపదు నిద్ర రాదిఁకన్.

(అని కాళ్ళతో నేల దట్టించును.) పైకిమాత్రము నిండారు ప్రేమ వెలిబుచ్చుచు కపటనాటకమాడి నా కోరిక లన్నియు నెఱవేర్చుకొనవలయును. (అని రెండడుగులు నడచును.)

చంద్ర — (ఎదురేగి) అన్నయ్యా! పద్మనందా! నీతమ్ముఁడిదే నమస్కరించుచున్నాఁడు.

నందు — తమ్ముఁడా! చిరంజీవి వగుము.

చంద్ర — అయ్యాసన మలంకరింపుము. (అని యిరువురు వేఱువేఱాసనంబులఁ గూర్చుండుదురు.) అన్నా! నిన్నుఁ జూచినది

మొదలు నాతండ్రి యగు నందమహారాజు లేఁడనుచింత సూర్య సందర్శనంబున మంచు విడిపోయినట్లు పలాయనమైనది. ఇంతటితో నీ మగధరాజ్యము మన మిరువురము క్షీరనీరములవలె పరిపాలించుకొనియెదము. మన సఖ్యము వైరివారిదంబులకు ఝంఝా మారుతంబులవలె భయావహంబై వీచుచుండును సుమా! ఇంతకన్న మనకు కావలసిన దేమున్నది?

నందు — తమ్ముఁడా! చంద్రగుప్తరాజచంద్రా! నందవంశమునకు నేనును, మౌర్యవంశమునకు నీవును మొక్కలవలె నిలిచియున్నారము. కాని యుభయవంశ సముద్ధరణ సమర్థుండవు నీవును, భయ శోకవిహ్వాలుండనై గతించిన జననీజనకులకై వగఁగూరి నీదరిఁ బట్టెడుకూటికై పడియుండుటకు వచ్చిన దీనుండను నేనును; గావున నన్ను నీట ముంచినను పాలముంచినను నీదే భారము.

చంద్ర — భ్రాతా! నీ వెట్టినంగతిని గూర్చియు విచారింపవలసిన పని లేదు. నేటితో దుఃఖములను మఱచిపొమ్ము. నా రాజ్యమే నీ రాజ్యము. మన తండ్రు లిరువురైనను వావు లొక్కటియే. కావున నీవు నా కగ్రజుఁడవు. నా రాజ్య మంతయు పరిగ్రహించి ధర్మముఁ దప్పక పరిపాలింపుము. పేరునకు మాత్రము నే నుండెదను. నీ కేదియు కొఱంత లేదనుకొనుము. ఇదిగో! ఈ ముద్రాంగుళీయకమును చంద్రహాసమును గైకొనుము.

(అని యిచ్చును.)

నందు — (స్వగతము) దైవ మిప్పుడుగదా నన్ననుగ్రహించినవాఁడు. (ప్రకాశము) సోదరా! నీదయ యున్న నా కేమి లోపము? నీయాజ్ఞను శిరసావహించి నీ వొసంగిన రాజచిహ్నములను స్వీకరింపుచున్నాఁడను. (అని గైకొని). కాని నాయుద్దేశ మిదివఱ

కొన్నినాళ్ళనుండియో సన్న్యాసాశ్రమ మవలంబింపవలయు నని యుండెడిది. అనుజవాక్యపరిపాలనార్థము రాజ్యభారము వహింపక తీఱినది గాదు.

చంద్ర — నామంత్రి యకారణ కలహంబునఁ గుపితుఁడై లేచిపోయిన వాఁడు. ఆ స్థానమును నీ వలంకరించుటకుఁ బ్రార్థితుఁడవు. కావున నిన్నింతగా శ్రమ పెట్టవలసి వచ్చినది.

నందు — అందుచే నేను కడు ధన్యుఁడ నగుచున్నాను. కాని నీపరిజనము నకు నాయెడ దురుద్దేశ ముండవచ్చును; లేక ముందు గలుగవచ్చును. నన్నీ బానిసత్వమునకే యొడంబడుట కేల మోమోట పెట్టెదవు? బంధుసత్కారమున నన్ను సంతుష్టాంతరంగునిఁ జేసితి వంతే చాలును. నాకు సెల వొసంగుము. ఈ ధరాచక్రము బీరువోనివ్వక నీవే పాలించుకొనుము. నీకొఱకే గదా! విశ్వప్రయత్నముఁ జేసి పరమలౌక్యుండైన చాణక్యుఁడు మగధరాజ్యమున నందసింహాసనము గడించి పెట్టినాఁడు!

చంద్ర — నీవట్లు దలంపకుము.

శా. అన్నా! యీ జగ మెన్నఁ డెవ్వరికిఁ గ ♦ ల్యాణప్రదంబయ్యె సం
పన్నత్వంబును రాజ్యమున్ స్థిరమెయో ♦ భావింప మావంటివా
రెన్నో మాఱులు భూమి నేలి రలవా ♦ రేరైన నున్నారె యా
యౌన్నత్యంబులు స్వప్నదీపికల । సా ♦ యంబై సశించెన్ గదా!

కావున నీ వమాత్యుఁడవై యుండకతీఱదు.

నందు — సరే! యేలాగుననో గుదెగట్టి మెడను పడనే పడినది. ఇంకేమి సేయవలయును.

తే. గీ మంత్రిపదమన్న నూరక • మాట కాదు
మోయవలెఁ బ్రజాభార మీ • భూమితోడ!
పెండ్లి యన్నను సంతోష • పదవి కాదు
భార్య వచ్చినఁ బోషింప • వలసియుండు.

(తెరలోఁ గలకలము)

చంద్ర — అదియేమి కలకలము? నాపౌరుల కేదురాత్ముఁడైనను హాని చేయఁ దలంచెనా యేమి? వారించెడివా రెవ్వరును గానరా రేమి? నేనే పోయెదఁగాక.

నందు — నేను వారింపరాదా?

చంద్ర — నిన్నెవరెఱుంగుదురు. నీ విచ్చటనే వసింపుము.
(అని నిష్క్రమించును)

(శ్రుతశ్రవుఁడు పాటచ్చరులతోఁ బ్రవేశించును)

శ్రుత — నేఁడుగదా నేను సంపూర్ణ ధన్యుఁడను. నామిత్రుఁడగు నందునకు మంత్రిపదవి వచ్చినది. నేఁడు రాజ్యపదవికూడ రానై యున్నది. రానై యున్నదేమి? వచ్చిన దనుకొనవలసినదే. పాచిక సరిగా సాగినది.

నందు — (ఎదురేఁగి) మిత్రుఁడా! శ్రుతశ్రవా! వచ్చితివా! నీ కుశాగ్ర బుద్ధికదా ఇంతవఱకు నా పురోభివృద్ధికిఁ బ్రధానకారణమై పోయిన యీ యఖండ రాజ్యలక్ష్మిని మఱలఁ బడయఁజేసినది. నీవంటి మహానుభావుఁ డుండఁగా నింక నా కేమి యపాయము.

శ్రుత — అపాయముల మాట గలలోనైనఁ దలంపకుము.

నందు — నీవిక్కడకు రాకముందైన కలకలమేమి? ఈ భటు లెవ్వరు?

శ్రుత — ఈభటులు జగద్వీరులైన పాటచ్చరులు. ఇప్పుడే చంద్రగుప్తుని మంత్రియౌట వాని యిల్లంటించి వీరలు చలికాచుకొనిరి. అదే కలకలము.

నందు — వీర లిప్పు డిచ్చటి కేల వచ్చిరి?

శ్రుత — నా చేర్చిన సైన్య మిదే. ఇప్పుడు నీ యాజ్ఞకొఱకు వచ్చి యున్నారు.

ఉ. వీఁడును వీఁడు నాహితులు ♦ వీరవరేణ్యులు బందిపోటులం
దీడును లేనివారు పథ ♦ లెన్నటి నైనను జేసి దేశముల్
కాఁడు నొనర్పఁగాఁగలరు ♦ కన్నము లన్నను లెక్కలేదు నా
తోడ నొసంగు మీపురము ♦ తోఁటలుఁ పేటలుఁ గూల్తు మియ్యెడన్.

1 పాట — అందుకు నే నొక్కఁడనే చాలుదును.

2 పాట — నోటఁ బలికితివి కాని చేయఁగలిగితివా?

1 పాట — దొరగారి సెలవు గావలెనుగదా!

శ్రుత — నందరాజా! వీరలు పాటచ్చరు లన్నమాటయే గాని కడు సమర్థులు సుమా!

నందు — అట్లేమి!

1 పాట — మే మేమి సేయవలెనో త్వరగా సెలవిండు. కూటికి వేళ యైనది పోయెదము.

2 పాట — (స్వగతము) కూటికేంటి. కల్లుకనండిరా! (ప్రకాశము) మహాప్రభో!

ఉ. ఇండ్లను గాల్పఁగావలెనొ! ♦ యింతులనే బలవంతపెట్టి మీ
కండ్లకుఁ జూపఁగావలెనొ ♦ కన్నములో మఱి బందిపోటులో

బండ్లను దోఁచుటో నరులఁ ♦ బట్టి వధించుటో చెప్పరయ్య మా
విండ్లబలంబుఁ జూపి మముఁ ♦ బేర్కొన వత్తుము లిప్తమాత్రలోన్.

శ్రుత — శహబాస్, పాటచ్చరా! మహారాజుసమ్ముఖమునఁ గడు లెస్సగాఁ బల్కితివి.

నందు — మిత్రుఁడా! వీరలచే నిప్పు డేమి చేయింతువు?

శ్రుత — మన రెండవ యంక మారంభింపఁజేయవలయును.

నందు — ప్రథమాంక మేది.

శ్రుత — ఏదా! కపటోపాయమున నీకు మంత్రిత్వము వచ్చుదాఁక ముగిసినది ప్రథమాంకము. దేశము కొల్లఁగొట్టి రాజ్య మాక్రమించుకొనుటతో రెండవయంకము ముగియఁగలదు.

నందు — ఆ నాటకమునకు నీవే సూత్రధారివి కావలయును.

శ్రుత — (స్వగతము) తా నెందులకో!

తే. గీ. భోజనము మెక్కి యింట బ ♦ భ్రాజమాన
మగుచు విటనటుల విడెము ♦ లందుకొనుచుఁ
గాంతకౌఁగిటఁ గాలంబు ♦ గడుపు టొకటి
నేర్చెదవుకాని యొండేమి ♦ నేర్వలేవు.

(ప్రకాశము) నందవంశసంహారమునకు చాణక్యునివలె మౌర్యవంశవినాశనమునకు శ్రుతశ్రవుఁ డున్నాఁ డని ప్రజలంద ఱేక కంఠ్యముగా వాకొందురుగాక!

నందు — నందియ మేమి? నీ పట్టివాఁడవే.

శ్రుత — ఇంక నీ యభిప్రాయ మేమి?

నందు — ఈమాగధీయులు కడువిశ్వాసఘాతుకులు. ముందు వీరలమద మడంచినఁగాని నా కసి దీఱదు. చూడుము.

తే. గీ. కడుపులోపలఁ జల్లయుఁ ♦ గదలకుండ
హాయిగా గుండియలపైని ♦ చేయివైచి
కొనుచు నిద్రించుచున్నారు ♦ కుమతులైన
మాగధులు నందవంశంబు ♦ మాయఁజూచి.

మఱియు,

ఉ. బిడ్డలఁబోలె రేపవలుఁ ♦ బెంచుచుఁ గంటికి ఱెప్పవోలె నే
యడ్డములేక కాచుచు మ ♦ హావిభవంబులఁ దేల్చి మంచికిన్
జెడ్డకుఁ దోడునీడగుచు ♦ నిల్వఁ గృతజ్ఞత వారిపై రవం
తొడ్డక క్రూరుఁడై కుటిలుఁ ♦ డెగ్గొనరించిన మిన్నకుందురే.

కావున వీరిని మున్ను హతమార్చవలయును. అప్పుడుగాని మన పూర్వాపరవిరోధము సమయు తెరువు పరికింపరాకున్నది.

శ్రుత — ఈ మాగధులపైఁ గ్రోధము నీకన్న నాకు వేయి మడుంగు లున్నది. యేమంటివేని, నే నొక్కసారి బ్రాహ్మణార్థమునకు రాఁగా నొక్కరాగికానైన నియ్యక సాగనంపిరి.

నందు — ఇప్పుడు నీ పేదఱికము విశదీకరింపకుము.

శ్రుత — అదిగాక కులము తక్కువవాఁడైన చంద్రగుప్తుఁడు తమ్మేమో గజయూథమెక్కించి యూరేగించు ననికదా నీరాజన మొసంగి వాని పదసరోజంబులకు సాగిలిమ్రొక్కుచు బెల్లమునకు ఈఁగలవలె మునురుచుండిరి. ఎంతకాల మీకాపరము సాగివచ్చునో చూచెదఁగాక.

ఓ పాటచ్చరులారా!

సీ. కన్నదోయికిఁ గానఁ ♦ గావచ్చు కాంతల
బలవంతముగఁ జెఱఁ ♦ బట్టవలయు
నవమణీమయచారు ♦ భవనంబు లన్నియుఁ
జండాగ్ని కాహుతి ♦ సల్పవలయు
వారు వీరనకుండ ♦ దారిఁ బోయెడివారి
శిరములు కత్తితో ♦ నఱకవలయు
ధనధాన్యతతులున్న ♦ మనయింటఁ ద్రోయించి
పాఁడిపంటలు భగ్న ♦ పఱుపవలయు

గీ. మదగజంబులు కల్హార ♦ మహితమైన
మడుగులోఁ జొచ్చి కలఁచిన ♦ మాడ్కి మీరు
పట్న మెల్లను దిగఁద్రొక్కి ♦ ప్రళయకాల
మట్లు దోపించి ప్రజలను ♦ నడఁపవలయు.

నందు — మఱియు నో తస్కరులారా!

చ. కనికర మింతలేక పొడ ♦ గాంచినవారల సంహరించి యా
జననిభవానికిన్ బలు ల ♦ జస్రముఁ గూర్చుచు రక్తపాతముల్
వనధికిఁ బాఱునట్లు రిపు ♦ పార్థుల గుండెలు వ్రయ్యునట్లు వా
యిని దినగండమంచుఁ బ్రజ ♦ లేడ్వవలెన్ మన కత్తిఘాటికిన్.

పాట — అది యెంతకార్యము. చిటికలోఁ గావించెదము. సెలవొసంగుఁడు. (అని పాటచ్చరులు నిష్క్రమింతురు.)

నందు — మిత్రమా! ఇంకిక్కడ మన కేమిపనియున్నది?

శ్రుత — ఈ రత్నసింహాసనమున నీవు గూర్చుండుటయే.

నందు — చంద్రగుప్తుఁడో!

శ్రుత — ఇంకెక్కడి చంద్రగుప్తుడు, నీవింకను నిద్రలోనేయుంటివా? వాఁడు సూతకులసంజాతుఁడుగాన చేలలో నావులఁ గాయుటకుఁ బోనున్నవాఁడు.

నందు — అతఁడు మహారాజుగాఁడా.

శ్రుత — నీవు లేనప్పుడు కావచ్చును. ఈమగధరాజ్యలక్ష్మికి నీవుగావా వారసుఁడవు!

నందు — అవునుగాని; వాఁడు ఔరసుఁడుగాఁడా?

శ్రుత — అట్లైన నందరాజ్యము మౌర్యుని పాలఁబడినదని యేల విలపించితివి?

నందు — నీ ప్రబోధమువలన.

శ్రుత — ఇది యంతయు నీపినతండ్రి నందరాజు తెలివిహీనత గాని మఱి యే మున్నది?

నందు — అవును. వానికుమ్మరమే మన కింత దెచ్చినది.

ఉ. పాయనికూర్మిచేఁ దనగు ♦ బంధువులన్ విడనాడి యొక్క మౌ
ర్యేయునిఁ దెచ్చి మమ్ము వెతఁ ♦ బెట్టి యశంబుఁ గులంబు మట్టిపా
ల్సేయఁ దలంచి చేసెఁ బగ ♦ చేతను మాపినతండ్రి యింతకున్
హేయుఁడు; వారి వారి నన ♦ నేటికి? సిగ్గులచేటు గాదొకో!

శ్రుత — అయినను నమౌర్యేయునిమాత్రము రాజ్యలక్ష్మి వలవదు.

ఆ. వె. ఉల్లిపువ్వు లెపుడు ♦ మల్లెపువ్వులు గావు
పసిమియిత్తె డెపుడు ♦ పైడిగాదు;
అట్లె నీచుఁ డెన్నఁ ♦ డధికుఁడు గాఁబోఁడు
రాజ్యమున్న విబుధ ♦ పూజ్యమున్న.

కావున వాఁ డెన్నఁడు గద్దియపైఁ గూర్చుండ యోగ్యత పట్టక బంగారుపిచ్చుకవలె రాజనామముతోఁ జేతపెయ్యవలె కోటలో నుండును. ఇంక నీ వీపీఠంబునఁ గాలూఁది కూర్చుండుము.

నందు — ప్రమాదము రాదుకదా!

శ్రుత — నేనుండఁగ నీ కేమి ప్రమాదము? ధైర్యమును జిక్కఁ బట్టుము.

నందు — చిక్కఁబట్టియే సాహసించుచుంటిని.

శ్రుత — మఱియేల నపరోహింపఁజాలవు?

నందు — చాలలేకగాదు. సంశయించి.

శ్రుత — నిస్సంశయముగా నెక్కుము. మఱి యేమియుఁ గీడు లేదు.

నందు — కీడు లే కేమి. ఇందు నిందల బొందవలసివచ్చునని నా యంతరంగము సాక్ష్య మిచ్చుచున్నది.

శ్రుత — నిందలు తొలంగునని నా యంతరంగము హోరుపెట్టుచున్నది. దాని కేమి సమాధానము చెప్పెదవు? కావున అంతరంగములు, తరంగములు, రంగములు, అని జాలము సేయక పీఠము నెక్కుము.

నందు — ఇప్పు డిట్టు లీపీఠము నెక్కుట నాకంత యోగ్యముగాఁ దోఁచ లేదు. ఏమనిన.

చ. సమరమునందు శత్రువులఁ ♦ జంపి జయధ్వజముల్ రచించి చ
క్రముల వశంబుఁ జేసికొని ♦ క్రన్నన మంగళతూర్యరావముల్
ప్రమదముతోడ మ్రోయ నిభ ♦ రాజము నెక్కి పురంబుచుట్టి రా
డ్రమణి వరింప గద్దెపయిఁ ♦ గ్రాలుట రాచకొలంబు ధర్మమా.

అట్లుగాక.

చ. రణమును జల్పలేదు చతు ♦ రంగబలంబును గెల్వలేదు మా
ర్గణముల శత్రురాజకుల ♦ కానన మెల్లను గాల్పలేదు కా
రణ మొకయింత లేకిపుడు ♦ రాజ్యరమామణినిన్ హరింప రా
డ్గణములు నవ్వవే మనలఁ ♦ గాంచి కృతఘ్ను లటంచు నెంచుచున్.

శ్రుత — (స్వగతము) నాబోధ లన్నియు వీని తలనుండి క్రమముగాఁ గాంతకు యౌవనము జాఱినట్లు దిగజాఱుచున్నవా యేమి? (ప్రకాశము) చెలికాఁడా! నీవు నట్టి యమాయికఋషివి. నీవు కాఁబట్టి యిట్లూహింపుచుంటివి.

మ. మనపాటచ్చరు లెల్లెడన్ విమత సం ♦ హారంబుఁ గావించి నీ
వనినల్లెన్నో జయాంకపత్రములు వ్రా ♦ యంబూని యున్నారు నీ
వనుమానింపక వీర మెక్కు మటుపై ♦ నాటంకముల్ కల్గినన్
రణమో సంధియొ చేయవచ్చు శుభకా ♦ ర్యం బాఁపఁగాఁ గాదిఁకన్.

నందు — అది సరే. కాని నామనోరథము నీవు గ్రహింపకున్నావు.

ఉ. రాజులు వచ్చి కాన్కలల ♦ రార నొసంగఁ బురాంగనాళి నీ
రాజన మిచ్చి పాడ, గజ ♦ రాజము నెక్కి పురంబుచుట్టి ని
ర్వ్యాజవిలాసవైఖరులఁ ♦ బట్టము గట్టుకొనంగ మద్హృదం
భోజము పొంగుచున్నది న ♦ భోమణిఁ జూచిన వార్ధికైవడిన్.

అంతేగాని యిట్లు దొంగచాటునఁ జంద్రగుప్తునికన్నులు గప్పి రాజ్య మాక్రమించుకొనవలయు నని నా యభిప్రాయముగాదు.

శ్రుత — రాజా! నీ కింకను వెఱ్ఱి వదలినది కాదు. ఇట్టి యజ్ఞాన మెందైనఁ గలదా? సిరి రా మోఁకా లొడ్డెదరా? యిట్టివా రీ ధరామండలంబునఁ గలరా?

మ. ఖలదుర్వాదము జూడమో! తుదకు సం ♦ గ్రామంబొ గావించి యా
వల రాజ్యంబు గ్రహింతు రట్టుల నల ♦ భ్యంబైన భాగ్యంబు నీ
తలఁపూవాడక చెక్కిటన్ నొసట స్వే ♦ దంబైన జాల్వాఱ కా
ముఁకాభంబయి చేతిలోఁ బడిన సా ♦ మ్రాజ్యంబు వీడ్కొందువే.

ఏదియు నొక్కసారిగా రానేరదు. క్రమముగా నీ మనోరథము లన్నియు సఫలీకృతంబు లగును. కావున వేగ మీ సింగపు గద్దియ నలంకరింపుము.

నందు – అట్లే యెక్కెదను. (ఎక్కఁబోయి గడగడ వడఁకును.)

శ్రుత – మిత్రుఁడా! యేల కంపించెదవు? చలివచ్చినదా యేమి?

నందు – లే......దు.

శ్రుత – మఱేమియు భయము లేదు. వెనుక నే నున్నాఁడనుగదా! ధైర్యమును జిక్కఁబట్టి సాహసింపుము. నీవు రాచబిడ్డవు కావా? ఏల యీగద్దియపై నెక్కుటకు నంతర్గతజ్వరునివలె వడ వడ వడఁకెదవు? ఇట్టివాఁడ వీక నేమి యుద్ధమునఁబోరాడెదవు? నీవు వట్టి యుత్తరకుమార ప్రజ్ఞలు పలుకుటకే గాని మఱి యెందుకును బనికిరానట్టు తోఁచుచుంటివి. (స్వగతము) ఈ దౌర్భాగ్యున కందుననే రాజయోగము పట్టినది గాదు. (ప్రకాశము) శుభములో నవాంతరములు రాఁగూడదు. రమ్ము. నేను చేయూఁత నొసంగెదను. (అని కూర్చుండఁబెట్టును.)

నందు – మిత్రుఁడా! నీ యాదేశ మట్లు పీఠ మధిరోహించితి నింక దిగుదునా!

శ్రుత – అప్పుడే దిగెదవా! ముచ్చటఁ దీఱ నొకింతసేపు కూర్చుండుము. ఇంతలో మఱేమియుఁ బ్రమాదము రాదు.

నందు — చంద్రగుప్తుఁడు వచ్చునేమో ?

శ్రుతు — వచ్చిన నేమి ? చూచి సాగిపోవును. లేదా మనచేతఁ దగిన పరాభవమును బొంది మఱి పోవును.

నందు — అట్టి యేర్పాటులను జేసితివా ?

శ్రుతు — ఎట్టి యేర్పాటులను జేయకున్న ని న్నీ రాజసింహాసనమునఁ గూర్చుండ నియోగించితినా ? నీ వేమెఱుంగుదువు ?

నందు — కాదా !

శ్రుత — సేవకా !

సేవ — దేవా ! యేమి సెలవు ?

శ్రుత — రాజకీయోద్యోగుల నందఱ నిటకుఁ దోడ్కొని రమ్ము.

సేవ — చిత్తము దేవా ! (అని నిష్క్రమించును.)

(ఉద్యోగు లందఱు ప్రవేశింతురు)

శ్రుత — ఓ యార్యులారా ! నందసింహాసనము యథావిధిగా నీ పద్మనందునకు వచ్చినది. ఇంకిటుపై మీ కిచ్చెద మని వాగ్దత్తము చేసిన భాగములు మీరు న్యాయముగా గ్రహింపఁగలరు.

1 ఉద్యో — మహాప్రసాదము.

శ్రుత — నేఁడో రేపో చంద్రగుప్తుని మే మీ పురినుండి వెళ్ళఁగొట్టింతుము. అప్పుడు మీరు వానికి సహాయము చేయవలదు.

1 ఉద్యో — మఱియేమి సహాయము ? శ్రీరామసహాయమే. ఆవలకు సాగనంపు మన్నను బంపెదము.

2 ఉద్యో — (స్వగతము) ఓ ధనపిశాచమా ! చంద్రగుప్తు నెంతలో రాజ్యహీనునిగాఁ జేసితివి. ఓపరిజనులారా ! వాని సన్మానము లప్పుడే మఱచితిరా !

తే. గీ. వెలల కమ్ముంగఁబడువారుఁ • గలరుగాని
యిద్దఱే సుప్రసిద్ధు లీ • యిలను, జార
వెలఁది, యుద్యోగి ; కాన నే • కొలఁదికైనఁ
గూలికి విషంబు నేని త్రా • గుదురు వీరు.

ఓనందరాజా ! వీరిని నీవు నమ్మకుము. నీకన్న నెక్కుడు సత్కార మింకొకరుఁ జేసిన వీరలు నిన్ను విడుచువారే సుమా ?

తే. గీ. మానమును గట్టుకొన్నట్టి • మానవతుల ;
స్వకులము పరిత్యజించు సం • స్కారపరుల
నమ్మరాదు నీచతకు శి • రమ్ము నిడుచు
బాగుగా నున్నవైపునఁ • దూఁగుచుంద్రు.

నందు — చెలికాఁడా ! వీరి కందఱకు జాంబూనదతాంబూలంబు లొసంగి గౌరవింపుము.

శ్రుత — ఇదే యిచ్చుచున్నాను. (అని యిచ్చును.)

2 ఉద్యో — (స్వగతము) ఓపరిజనులారా! లంచము దిని కత్తిగట్టి లభించెడు నెంగిలికూటి కపేక్షించి సాధు చంద్రగుప్తుని నేల హింసింపనున్నారు ? వలదు, వలదు.

తే. గీ. లంచముగఁ గొన్న ధనము శు • ల్కముగఁ గొన్న
ధనము పాపార్జితంబులౌ • ధనము లెపుడు
నిల్వవు విషాభమై వంశ • నిధులఁ గాల్చు
వేరుపురుగులు గూల్పవే • వృక్షములను ?

1 ఉద్యో — ఓనందమహారాజా ! నేఁటితో నిన్ను మేమందఱము చక్ర వర్తిగాఁ బరిగణించుకొనుచున్నాము. మాకు సెల వొసంగుము. పోయెదము.

నందు — మీరు మీప్రయత్నముల నుండుఁడు. పొండు.

2 ఉద్యో — (స్వగతము) మంచిసంగతి వినసప్పుడు చెప్పుటయు దూష్యమే.

(అని అందఱితో నిష్క్రమించును)

శ్రుత — నందరాజా! నీవు నావలనఁ గొన్ని రాజనీతులు నేర్చుకొనవలసి యున్నవి.

నందు — అవియేమి?

శ్రుత —

ఉ. రాజ్యము వచ్చుదాఁక రిపు ♦ రాజు వశుం డగుదాఁక భూరిసా
 మ్రాజ్యము పట్టుదాఁక కడు ♦ మైత్రి నటింపవలెన్ హుతాశనుం
 డాజ్యము పోయుదాఁక నణఁ ♦ గారి రవుల్కొనునట్లు మెల్లగాఁ
 బూజ్యత వచ్చెనేని మఱి ♦ పుణ్యము పాపము లెంచరా దొగిన్.

అదిగాక విద్వాంసుఁడు గాని కవి తెఱంగున లోపల శక్తి లేకున్నను శక్తునివలె వెలికి నటింపవలయును. ఆవల,

సీ. జనులతో నతిమైత్రి ♦ నలుపఁగా వలయును
  కుత్తుకల్ లోలోనఁ ♦ గోయవలయు
 న్యాయసభల్ తీర్చి ♦ నట్లుండవలయును
  కోట్లధనం బండుఁ ♦ గూర్పవలయు
 నందఱు మేలెంతు ♦ మం చాడవలయును
  మితిలేనిపన్నుల ♦ నతకవలయు
 విద్యనేర్చెడునాన ♦ వెలయింపవలయును
  వృత్తు లియ్యక నెత్తి ♦ మొత్తవలయు

ఆ. వె. ధనము దాఁచిపెట్టి ♦ ద మటంచుఁ బ్రకటించి
చిత్రవర్తకంబు ♦ సేయవలయు
నెఱపవలయుఁ బ్రజకు ♦ నిరతంబు వైరంబు
దాన రాజ్యమునకు ♦ హానిరాదు.

మఱియు,

ఆ. వె. నీచు నాచు లేక ♦ నిర్మలమై కల
కల మనెడు మొసళ్ళ ♦ కొలనివలెను
నవ్వు మొగము పైకి ♦ నివ్వటిల్లుచునుండ
హానిచేయవలయుఁ ♦ బూని ప్రజకు.

ఇంకను నీవు నేర్చికొనవలసినవిషయము లనేకము లున్నవి. పిల్లల కుగ్గుపాలు పోసినట్లు పోసి చిలుకలకు మాటలు, సానుల కాటలు, నటకులకుఁ బాటలు నేర్పునట్లు నేర్పి నాయంతవానిగాఁ జేసెదను, రమ్ము పోవుదము. (అని యిరువురు నిష్క్రమింతురు.)

ఇది ప్రథమాంకము.

ద్వితీయాంకము

రంగము – సభాభవనము

(చంద్రగుప్తుఁడు విషాదముతోఁ బ్రవేశించియుండును.)

చంద్ర — చింతించిన నేమిప్రయోజనము.

తే. గీ. మంత్రిమాటలు విననైతి ♦ మైత్రినైనఁ
దలఁపనైతిని హాని వి ♦ ధం బొకింత ;
పట్టువీడక పులి నింటఁ ♦ బెట్టుకొంటి
కొఱవి చేఁబట్టి తలగోకి ♦ కొంటి నకట.

ఓరీ! మహాపద్మనందా! నందకులకలశాంబుధిబడబాగ్ని! ఎంత పని చేయుచుంటివిరా? ఇందుచేతనే మహానుభావుఁడైన చాణక్యుఁడు మిమ్మందఱ సభఃపాతాళమున కణఁగద్రొక్కుటకుఁ గంకణముఁ గట్టుకొని, ఆ యప్రతిహతప్రతిజ్ఞానిర్వాహణార్థము రంధ్రాన్వేషణముఁ జేసి నందవంశోన్మూలముఁ గావించి స్వార్థపరిత్యాగియై ప్రపంచోపకారంబునఁ దన యమానుష ప్రజ్ఞను ప్రకటించి కీర్తి గాంచినవాఁడు. లేనిచో నీ మగధ రాజ్యమే మీకు వచ్చియున్న యెడల నీపాటికి లోకమును రూపుమాపి సృష్ట్యాదివలెనో, బ్రహ్మప్రళయమువలెనో కావించకుందురే? కావున.

తే. గీ. దుష్టుఁ డిల రాజ్యమేలుట ♦ దుర్లభంబు
మేఁకపిల్లలఁ దోడేలు ♦ మేపఁగలదె?
దుష్టరీతి రాజ్యము సేయు ♦ దొరలు తాము
పృథివి రాజ్యంబు మొదలంటఁ ♦ బెఱికికొంద్రు.

సేవకుఁడు — (ప్రవేశించి) దేవా! చంద్రగుప్తమహారాజా! దేవర వారి దర్శనార్థులై వేనవేలు పౌరులు పడుగాపులై పడి యున్నారు. అనుజ్ఞయేని కొనివత్తును.

చంద్ర — పడుగాపులై యుండనేల? సాధుపౌరుల కీచంద్రగుప్తుఁ డతి సులభుఁడుగదా? సత్వరము రావింపుము.

సేవ — చిత్తము. దేవా! (అని వెళ్ళును. పౌరులు ప్రవేశింతురు.)

1 పౌరు — దేవా! రక్షింపుము, రక్షింపుము.

శా. సంసారంబులు నీట ముంచి నెలవుల్ ♦ చండాగ్ని కర్పించి మా
హాంసీయానల బాధపెట్టి జననం ♦ హారంబుఁ గావించుచున్
హింసించున్ భవదీయసోదరుఁడు మా ♦ కెవ్వాఁడు దిక్కింక నా
కంసారాతియె గాక; మాబ్రతుకు కాం ♦ క్షల్ వీడుకొన్నా మొగిన్.

2 పౌరు — దేవా! ఏమని చెప్పుటకును నోరాడకున్నది.

మ. ఖలుఁడై నీపినతండ్రిపుత్త్రుఁ డకటా ♦ ఖండించుచున్నాఁడు పి
ల్లలతోఁ దల్లుల నెల్లవారలను లీ ♦ లామృత్యురూపంబునన్
బ్రళయంబో యిది, కాక రాక్షసుఁడో మా ♦ ప్రాణంబులన్ దీయఁగా
నిల జన్మించిన కాలుఁడో తలఁప మా ♦ కింకేమిదిక్కో నృపా.

3 పౌరు — ఓరాజా!

ఉ. ఎక్కడఁ జూచినన్ బశుల ♦ హింసయె ప్రాణులఁ బట్టి చంపుటే
యెక్కడఁ గాంచినన్ సతుల ♦ యేడ్పుల నశ్రుకణంబు లొల్కుటే
యెక్కడ కేఁగినన్ రుధిర ♦ మేర్లయి వీథులఁ బాఱుచుండుటే
స్రుక్కక పాడుకన్నులను ♦ జూడఁగనయ్యెను బాప మక్కటా.

4 పౌరు — ఓరాజకంఠీరవా!

తే. గీ. నిలువలే మింట వధలకు ♦ నిలువలేము
బ్రతుకలేమయ్య యేమిని ♦ బ్రతుకలేము
క్రూరుఁడై నీదు తమ్ముఁడు ♦ కుడుపువెతలఁ
గుడువలే మింక మీఁద నీ ♦ పడుపుఁగూడు.

పౌరు — ఓరాజా! మా కిం కెయ్యది తెరువు.

తే. గీ. కుక్కలను లేళ్ళపై నుసి ♦ కొల్పినట్టు
లీదురాత్ముని మంత్రిగాఁ ♦ బాదుకొల్పి
ప్రజలఁ బీడింపనెంచితో ♦ పార్థివేంద్ర!
పిట్టలను బెంచి పిల్లి క ♦ ర్పింపఁదగునె.

చంద్ర — ఓ పౌరజనులారా! శాంతింపుఁడు. శాంతింపుఁడు.

శా. పౌరా! క్రూరుఁడు దుర్మదాంధుఁ డసిహ ♦ స్తాబ్జంబులం జూచి మి
మ్మేరీతిన్ మది సాహసించి ఖలుఁడై ♦ హింసించెనో నేరముల్
మీఁరల్ సేయరు నోరెఱుంగరు దయా ♦ లేశంబు లేకుండ మ
ఘోరాసిన్ దెగటార్తుఁ దమ్ముఁ డయినన్ ♦ దుష్టాత్ము సైరింతునే.

(నందుఁడు శ్రుతశ్రవునితోఁ దీవ్రమైనకోపముపఁ బ్రవేశించును.)

నందు — దురాత్ములైన యీ పౌరుల కావరము చల్లాఱినది. ఇంక నీ చంద్రగుప్తుని పని పట్టవలయును.

శ్రుత — ఇంకను దడవేల చేసెదవు? హతవిరోధుఁడ వగుము.

చంద్ర — (స్వగతము) ఆహా! నందా! ఎంత కెంత చేసితివిరా?

చ. కనలుచు లోన లోచనయు ♦ గంబుల నశ్రుకణంబు లొల్కఁగా
వినయ వినోద భాషలఁ బ్ర ♦ వీణత యేర్పడ సంచరించి నా

మనముఁ గరంచి సోదరుని ♦ మాడ్కి నటించిన మోసపోతి నా
యనుజుఁడుగాఁడు వీఁడు దను ♦ జాధముఁ డందఱ మ్రింగు మమ్మిఁకన్.

నంద — ఓహో! ఈ పౌరు లీ చంద్రగుప్తునివద్దకు వచ్చి మొఱ పెట్టుకొనుచున్నారు గాఁబోలును. (ప్రకాశము) ఓరోరి పౌరులారా!

తే. గీ. చక్కెరను మెత్తినట్టి శ ♦ స్త్రములు మీరు
కుడిచినింటివాసములు లె ♦ క్కిడెడువారు
కారె మీవంటివిశ్వాస ♦ ఘాతుకు లిలఁ
బుట్టినారె రాజద్రోహ ♦ బుద్ధిఁగోడ.

శ్రుత — ఇట్టి స్వామిద్రోహులకుఁ గత్తిఁ జూపియే మాట్లాడవలయును.

పౌరులు — (గడగడ లాడుచున్నారు)

నందు — మీవంటి కృతఘ్ను లీబ్రహ్మాండభాండంబున నుండఁబోరు.

సీ. నందవంశము నాశ ♦ నం బొనర్చెడునాఁడు
కండ్లు మిటకరించి ♦ కాంచలేదె
చాణక్యుఁ డుగ్రుఁడై ♦ సంహరించెడునాఁడు
మూలమూలల డాఁగఁ ♦ బోవలేదె
మేమరణ్యావాస ♦ భూమిఁ బాఱిననాఁడు
తిని హాయిగా నింటఁ ♦ దిరుగలేదె
కులహీనుఁ డగు చంద్ర ♦ గుప్తుఁ డేలెడునాఁడు
గజయూథ మెక్కనే ♦ గంగ లేదె

గీ. నాఁటిభాగ్యంబు విభవంబు ♦ నాఁటిసుఖము
నేఁడు నాకత్తిపోటున ♦ కూడిపడును.
నాఁటికసి దీర్చుకొనుటకు ♦ నందుఁ డింక
బ్రతికియున్నాఁడు భూమిపైఁ ♦ బౌరులార!

పౌరు — పులివాతఁ బడక తప్పించుకొనిపోవు మేఁకలవలె మన మెట్లో యీ దురాత్మునిబారినుండి తప్పించుకొని పాఱిపోవలయును. (అని పౌరులు నిష్క్రమింతురు.)

చంద్ర — అన్నా! నిరపరాధులైన పౌరులపై నీ పౌరుషముఁ జూపెద వేలా? చాలు; చాలు.

నందు — నిరపరాధులా?

చంద్ర — సోదరా?

తే. గీ. నోరెఱుంగక నీయెడఁ ♦ నేరమింత
చేయనేరని పౌరులఁ ♦ జేరఁదీసి
మాడ లిచ్చుటొ మన్నన ♦ తోడఁ గనుటొ
తగును గాని హింసింపఁగాఁ ♦ దగునె నీకు.

మ. నిను దూషింపరు నీచరిత్రములకున్ ♦ నేరంబు లూహింప రీ
వనిన ట్లాడుదు రెవ్వ రేమనిన నీ ♦ యాజ్ఞన్ దలందాల్తు; వా
రిని బాధించుట రాచపాడియె దయా ♦ దృష్టిన్ విలోకింపవే
నినుభావించి చరిత్రకారులు కవుల్ ♦ నిందింపరే సోదరా!

నందు — నీ వాసంగతిఁ జెప్పనక్కఱలేదు.

తే. గీ. నీతులను నేర్చికొనఁగ నే ♦ నిలువలేదు
కూటి కాశించి చేరి నిన్ ♦ గొలువలేదు
శ్రుత — మాప్రభుత్వంబుఁ గొనుటకు ♦ మగధ కిపుడు
వచ్చినారము నిను వెళ్ళఁ ♦ బుచ్చుకొఱకు.

చంద్ర — ఏమీ! నీక్రౌర్యము, నన్ను వెళ్ళఁబుచ్చుకొఱకు వచ్చితి విగా! నే నెవరనుకొంటివిరా! చతురబ్ధివలయితధరావలయము పరిపాలించు మహారా జని యెఱుంగవా?

శ్రుత — నిన్నే కాదు, నీపుట్టువునుగూడ నెఱుంగుదును. మధ్యను నీ వెవ్వఁడవు? ఎదుట నున్నవాఁడు మహారాజు.

చంద్ర — (ఆగ్రహముతో) ఏమని వాగుచుంటివిరా?

శా. ఓరీ! వ్రేలరి! కండకావరమునన్ ♦ యోచింపకే మమ్మిటుల్
దూఱన్ నో రెటు లాడెరా! కుమతి! మ ♦ ద్ఘోరాసితోఁద్రుంచి నీ
చారిత్రంబు ముగింతుఁ జూడు మిదె నీ ♦ చా! చంద్రగుప్తుం డిలన్
రారాజంచు నెఱుంగనేరవె? పశు ♦ ప్రాయుండవే? దుర్మతీ.

(అని కత్తితో నఱకఁబోవును.)

నందు — ఆఁ! ఆఁ! ఆఁగు మాఁగుము. (అని వారించును)

చంద్ర — నన్ను వారింపవలదు. విడువుము; విడువుము.

శ్రుత — ఏదీ! ఏమాత్రము కొట్టెదవో కొట్టుము! చూచెదను? (అని జందెము పైన వేయుచు)

తే. గీ. బ్రాహ్మణుఁడు వీఁడు మా కెంత ♦ వాఁ డటంచు
నెంచబోకుము రాజుల ♦ నేరి సంహ
రించి మడుగు లైదింటి ని ♦ ర్మించినట్టి
పరశురాముఁడ ననుకొమ్ము ♦ పార్థివేంద్ర.

చంద్ర — అవురా! నీ విప్పుడు పరశురాముఁడవా?

తే. గీ. గోడదాపునఁ జేరిన ♦ కుక్కపిల్ల
యుత్తములఁ గాంచి మొఱుగుచు ♦ నుండురీతి
నందుచాటునఁ జేరి మ ♦ మ్మందఱ నిటు
కాఱు లఱచుచు నుంటివే ♦ నోరు విప్పి.

నీ నో రిప్పుడే మూయించెదను చూడుము. (అని చేయెత్తఁ బోవును.)

నందు — తొందరపడకుము. ఆతఁడు నామిత్రుఁడు. వాని నీ వేమియు నన వలనుపడదు.

చంద్ర — ఏమీ! నోటికి వచ్చిన యట్లెల్ల దురుక్తులాడు నీదురాత్ముని వారింపక పైఁగా నన్ను వారించెదు దుష్టబుద్ధి నీ కెవ్వరు నేర్పిరి?

నందు — అవురా! నన్ను దుష్టబుద్ధి యని నిందించెదవా? సరే. ఇందుకు నీకుఁ దగినబుద్ధి చెప్పవలసినదే గాని దయదలంచి విడిచితిని. నీ విప్పు డీపురము విడిచిపెట్టి యీచుట్టుపట్ల నుండక నే కాంతారంబులకో లేచిపోవలయును. లేదా! ఆజన్మాంతము కారాగృహనిబద్ధుఁడవై యుండవలయును. ఇందులో నీ కేది సమ్మతమో విప్పి చెప్పుము.

చంద్ర — కట్టా! ఇది యెక్కడి నీతి. భూమండలాధిపత్య మొనరించు నే నేల యూరువిడిచి కాఱడవులకు నడవవలయును. బందిగమున నేలపడియుండవలయును. అస్మత్కరగతంబైన నీమగధ రాజ్యము గైకొనుటకు యుద్ధ మొనరించితివా? లేక జూదమున గెలిచితివా? అవురా? నమ్మినందుకు నీవును విశ్వాసఘాతుకుఁడ వైతివా? ఏమి యీ యక్రమము!

శ్రుత — అక్రమమా?

మ. ఇల నందాన్వయ మెల్ల నీవలనఁ ♦ గాదే నాశనం బయ్యె న
వ్వల సామ్రాజ్యము చిక్కె నీధరణి కీ ♦ వా కర్త? వీనందుఁ డ
క్కులమం దుద్భవమందెఁ; బాలిడక నీ ♦ కున్ దక్కునే సర్వమున్
తులువా! నీవు గ్రహింప నక్రమము గా ♦ దో! నేరవో? ధర్మముల్.

చంద్ర — అంతకంత కీబాపఁడు స్వపరతారతమ్యపరిజ్ఞానము వీడి పరిహసింపుచున్నాఁడు.

నందు — ఓచంద్రగుప్తా! ఈరాజ్యము నా పినతండ్రి యగు నందునిది. కలహాచర్యాకుతూహలుం డగు చాణక్యుని కపటతంత్రంబువలన నీ కలభ్యముగా లభించినను వారసుండ నగు నే నుండఁగా నీ కొక్కనాఁటికిఁ దక్కనేర దనుకొనుము. ఇది యంతయు నాది గాని నీది యిం దొక్కవీస మైనను లేదు. కావున మాఱుమాటాడక యిందుండి లేచిపొమ్ము. లేదా దండనార్హుండ వయ్యెదవు.

చంద్ర — ఏమీ! నేను దండనార్హుఁడనా? ఈరాజ్యము నీపినతండ్రిది గాని నాతండ్రిది గాదా? చంద్రగుప్తునితండ్రి యెవరు?

శ్రుత — తండ్రిమాట కేమిగాని. మురకు జన్మించుట వాస్తవము.

చంద్ర — ఓరీ! చండాలుడ! పరమపతివ్రతలఁ దూలనాడి పాప మేల యొడిఁగట్టుకొనియెదవురా!

శ్రుత — నేను చండాలుఁడ నైనచో నీ కీరాజ్యగతి పట్టించిన చాణక్యుఁ డెట్టిచండాలుఁడురా?

చంద్ర — నన్నేగాక పరమపూజ్యుఁడైన చాణక్యఋషినిగూడ నిందింప సాహసించుచుంటివిగా! ఇది నీకు వినాశకాల మని యెఱుంగుము.

శ్రుత — వినాశకాల మెవ్వరికి వచ్చునో కొన్నిగడియలలోనే తెలిసికొనఁగలవు.

చంద్ర — ఓరీ? హీనుఁడగు నీ నందుడు నీ కివి యన్నియు నేర్పి కయ్యమునకుఁ బంపెనా యేమి?

నందు — నీ వతిప్రసంగములకుఁ బోక వెంటనే దిక్కున్నచోటికిఁ బోయి కైచాపు లర్పించుకొనుము. నే నింతవఱకు దయామతితో హిమబిందుసంకాశములైన హితములను బల్కితి నింక మీఁద జాలము చేసితి వేని చెడిపోదువు.

చంద్ర — ఏమి నీదురాగతము!

ఉ. కూటికి లేక దిక్కఱి య ♦ కుంఠితదీనదశన్ దపించుచున్
దూటిరి మున్ను నన్ గొలువ ♦ దోయిళు లొగ్గితి వీవుగాదె? నా
చాటున పెద్దవై యిపుడు ♦ చక్రముఁ గైకొన నుంటి వౌర! నీ
బోఁటి కృతఘ్నుఁ డీనరులఁ ♦ బుట్టడు పుట్టినవారిలేఁ డిలన్.

శ్రుత — ఎంతమాటంటివి! నీదా ధరాచక్రము?

నందు — న్యాయాన్యాయములు లెక్కించిన నీజగమే మన కృతఘ్నతలకు సాక్షి కాఁగలదు.

చ. ముర యనుదాసి గర్భమునఁ ♦ బుట్టియు నందకులాంకురంబులన్
బెఱికి మహానురాగమునఁ ♦ బెంచినవారిని జంపి రాజ్యమున్
సిరిని గ్రహించి బంధువులఁ ♦ జేరఁగ నీయని నీవో నేనో యీ
ధరణిఁ గృతఘ్నఘాతకులు ♦ దాఁపగ నేల? జగం బెఱుంగదే.

కావున.

క. భాసురశౌర్యమృగేంద్ర వి
లాసులు క్షత్రియులు నందు ♦ లకుఁ గాక యిసీ
దాసీపుత్రుల కేటికి
నీసరసిజజాండపంక్తి ♦ యేలఁగఁ గలుఁగున్?

చంద్ర —

చ. తొలి దమయంతి చంద్రమతి ♦ ద్రోవదిఁ దొట్టి సతీవతంసముల్
సలుపరె దాస్యవృత్తి యల ♦ సాధ్వులపుత్రకు లిమ్మహామహీ
వలయము నేలియుండరె య ♦ భంగపరాక్రమవృత్తిఁ గీర్తిమై
వెలయరె? దాసులంచు వెలి ♦ వేసిరె దాయలు రాజ్యహర్తలై.

నందు — వారికిని నీకును జాల వ్యత్యాసము గలదు.

తే. గీ. వారు వీరపతివ్రతల్ ♦ ప్రణుతయశులు
క్షత్రియస్త్రీలు గాని నీ ♦ జననివంటి
శూద్రకులకాంత లగుదురె ♦ సూతతనయ!
హస్తిమశకాంతరము లున్న ♦ వతివలందు.

చంద్ర — అవును. లేకేమి? తప్పులు కప్పిపెట్టుకొనుటలో నున్నది.

ఉ. ఏ వనితాలలామలు వి ♦ హీనమతిన్ వ్యభిచార వృత్తిచే
నేవురుబిడ్డలన్ గనిరొ ♦ యేవుర నొక్కటె పెండ్లియాడి ధా
త్రీవరు కొల్వు నీడ్వఁబడి ♦ దీనతఁ గన్నుల నీరు కార్చెనో
యావనితాశిరోమణుల ♦ యంతటిదే? ననుఁ గన్నతల్లియున్.

కావునఁ దీఁగ లాగకుము. డొంక కదలును.

నందు — ఓరోరి దుర్విదగ్ధ! యెంత నేర్చితివిరా!

చంద్ర — కావుననే.

తే. గీ. ఇరువదొక్కసారి ♦ యేరి రాజసుమౌళి
రాల్చె నపుడు పరశు ♦ రాముఁ డలిగి
యంత నంతరింప ♦ నైరి; పాపులు చిరా
యువులుగారె? యన్ని ♦ యుగములందు.

నందు — నే నూరకొన్నకొలది నీ వంతకంతకుఁ బరుషోక్తులలోనికి దిగితి విగా! ఇప్పుడు నీ వవశ్యము వధ్యుఁడ వగుచున్నావు. ఏమనిన.

తే. గీ. పడుపుఁజెలి పుత్త్రుఁడవు గాన ♦ బంటు వీవు
మత్కులాంతకుఁడవు గాన ♦ మార్తుఁ డీవు
నందరాజ్యాపహర్తవై ♦ నందు కిపుడు
నీ శిరఃకర్తనంబింక ♦ నిక్కమగును,

అయిన నస్మదీయాక్షీణక్షత్రియధర్మమును దలంచి నిన్ను సజీవునిగా విడుచుచున్నాఁడను. లేచిపొమ్ము. (అని మెడఁబట్టి గెంటివేయును.)

చంద్ర — ఓసైనికులారా? ఓసామంతరాజులారా! రండు! రండు! ఈదురాత్ముఁడు నన్ను హింసింప నున్నాఁడు.

శ్రుత — వారందఱు నాఁడే మావశమైనారు.

చంద్ర — అయ్యో! ఎవ్వరును రారేమి?

నందు — చాణక్యునిఁ బిలువుము. వచ్చును.

చంద్ర — (దీనత్వముతో, అయ్యో! తుద కెంతగతి వచ్చినది.

మ. కలదే యింతటి పాపకాల మెట నే ♦ కల్పంబులోనైన నీ
ఖలునిన్ సోదరుఁ డంచు నమ్మి సచివున్ ♦ గాఁజేయ నీరాజ్యమున్
బలి నాదంచు హరించె నాబ్రతుకు లీ ♦ లన్ వ్యర్థమై పోయె నా
జలజాక్షుండు గలండొ లేఁడొ యకటా! ♦ చర్చింప నింకేటికిన్.

ఆహా! ఉత్తరక్షణ మెట్టిదై వచ్చునో తెలియదు. ఒక్కత్రుటిలో నిమ్మహామహీచక్ర మేలు చక్రవర్తి నగు నాకుఁ జూడఁ జుట్టమును మ్రొక్క దైవమును లేఁడయ్యెనుగదా!

ఉ. అమ్మయుఁ జచ్చె నాజనకుఁ ♦ డక్కట? స్వర్గముఁ జేరియుండె ని
క్కమ్ము వనమ్ము కేఁగుగతి ♦ గల్గెడు వేఱొకదిక్కు లేదు రా
జ్యమ్ములు వైభవంబు లివి♦యన్నియుఁ బోయెఁ బ్రపంచ మింతకున్
నమ్మగరాదు జాలను గ ♦ నంబడు నీడలవంటి వన్నియున్.

ఇంక మహానుభావుఁడైన చాణక్యఋషిసత్తముని యాశ్రమంబునకుఁ బోయి తత్త్వజ్ఞానము నేర్చికొని దాన విదేహుఁడై వల్యంబును బడయఁగోరెద. (అని నిష్క్రమించును.)

నందు — మిత్రుఁడా ! మన యభీష్టము నెఱవేఱినది.

శ్రుత — అమ్మయ్య ! ఇంక గుండె నిబ్బరమైనది.

నందు — ఇది నీ సంకల్పవిశేషము సుమా !

శ్రుత — ఇంకను మనము ముందు చేయవలసిన కార్యములు పెక్కులు గలవు.

ద్వారపాలకుఁడు — (ప్రవేశించి) దేవా ! నందమహారాజా ! గ్రీసురాజ ప్రతినిధి యగు సెల్యూకసు వచ్చి హజారమున వేచియున్న వాఁడు.

నందు — సత్వరము రావింపుము.

ద్వార — చిత్తముదేవా ! (అని పోవును.)

నందు — శ్రుతశ్రవా ! సెల్యూకసున కాంధ్రభాష వచ్చునా ?

శ్రుత — రాకేమి ? ఈతఁడు పండితుఁడు.

తే. గీ. సంస్కృతాంధ్రములను ♦ సంపూర్ణవిద్వాంసుఁ
డవని నితఁడు గ్రీసు ♦ కవివరుండు
స్వచ్ఛమైన తెనుఁగు ♦ భాషించుఁ బ్రభులకు
దేశభాషలన్ని ♦ తెలిసియుండు.

నందు — అట్లయిన నితఁడు కడు సమర్థుఁడే.

సెల్యూకసు — (ప్రవేశించి) ఈనందుఁడు చంద్రగుప్తునిఁ గపటోపాయమునఁ బాఱఁద్రోలి రాజ్యమును సంపాదించిన కుశాగ్రబుద్ధి గావున నీతనికి నావలెనే రాజ్యాశ యుండవచ్చును. హిందూదేశ మంతయు జయించి నా రాజ్యము పాశ్చాత్యరాజ్యములకంటె నత్యంతాధికముగాఁ దులఁదూఁగింపవలయు నను పేరాస బహు

కాలమునుండి నాయాసనంబున జీర్ణించి యున్నదిగదా! అది నేఁ డీతనిసహాయమున సఫలీకృత మగు నని తోఁచుచున్నది. కావునఁ బోయి దర్శించెదను. (అని వెళ్ళును.)

నందు — పాంచాలాధిపతులైన సెల్యూకసుమంత్రివరులా! ఇట్లు దయ సేయుఁడు. (అని చెయ్యి చెయ్యి కలుపును.)

సెల్యూ — నందరాజా! కుత్రవాఁడైన చంద్రగుప్తుని సాగనంపి మీరాజ్యము మీరు మరల సంపాదించుటకుఁ బ్రకటించిన యమానుషకుహనాతంత్రమునకు సంతసించి దర్శింపవచ్చితిని.

నందు — భాగ్యము; భాగ్యము. మీ రిప్పుడు గ్రీసుప్రభు వగు నలెగ్జాండరుచే జయింపఁబడిన పాంచాలదేశమునకు మున్ను ప్రతినిధిగా నుండి తదీయరాజ్యము స్వయముగఁ బరిపాలింపుచున్నారని విని యున్నాఁడను. అది సిక్కమేగదా?

సెల్యూ — అగును. నేను ప్రాతినిధ్యము రాజ్య మాక్రమించుటకే యంగీకరించితిని.

శ్రుత — ఈ విషయములో మీరిరువురు సమానులే.

సెల్యూ — మే మిరువుర మననేల? ఎవ్వరు గారు. రాజనామము ధరించినవా రందఱు మావంటివారలే యనుకొనుఁడు.

శా. ఏద్రోహంబులు సల్పకుండఁగను భూ ♦ మీశాధిపత్యంబులున్
భద్రార్థంబులు వచ్చు! ప్రేల్మడచి చె ♦ ప్పన్ బుట్టువుందొట్టి ని
ర్నిద్రప్రౌఢి గడించిరే? ధరణి నా ♦ ర్జింపన్ మనం బున్న దే
శద్రోహంబులొ మాయలో కపట వాం ♦ ఛల్ చేయుటో యొప్పగున్.

నందు — అగు నొకరు చెడినఁ గాని యొకరికి లాభము గానేరదు.

సెల్యూ — రాజా! నే నొకసంగతి రహస్యముగాఁ బ్రసంగించుటకు వచ్చితిని. అందుకు మన యీమిత్రుని యడ్డు లేదుగదా?

నందు — ఒకింతయు లేదు.

శ్రుత — దాన లాభమున్నఁ జెప్పుము. నేను చేయించెదను.

సెల్యూ — లాభములేనిదే గ్రీసుదొర వచ్చునా?

సీ. ఏ మహారాజ్ఞికి ♦ హిమవన్నగంబులు
కులగిరుల్ పెట్టని ♦ కోట లౌనొ
ఏ లతాతన్వికి ♦ హిందుగంగానదుల్
దరిలేని మంచి ము ♦ త్యాలసరులొ
ఏ సరోజాస్యకు ♦ నా సింహళద్వీప
మత్యంత రత్నసిం ♦ హాసనంబొ
ఏ రమారమణికి ♦ భారతయోధులఁ
గాళిదాసాదులఁ ♦ గన్నకడుపొ

గీ. అట్టి సుగుణరత్నాకర ♦ మైన జగాన
ననదృశవిలాసినిగ నల ♦ రారుచుండు
భరతవర్ష వధూటినిఁ ♦ బడయువలయు
సమరభూమిని రాజుల ♦ సంహరించి.

శ్రుత — ఈయూహ కడు లెస్సగా నున్నది.

తే. గీ. పంకజాక్షి, సాంకవగంధి ♦ పరమపూజ్య
భరతవర్షాంగనను జెఱఁ ♦ బట్టఁగలరు
మీర లిరువురుఁ గూడిన; ♦ దారుణాగ్ని
గాలితోఁ దాటియాకింటఁ ♦ గలిసినట్లు.

నందు — ఇది పరమ దురవగాహమైనకార్యము. ఇం దెవ్వరును గృత కృత్యులు గానేరరు. మన మిక్కార్యమున కియ్యకొని చేయ సాహసించుట స్వర్గమునకు మెట్లు కట్టుట వంటిది. కావున

క. వర్జింపుము నీతలఁపులు
నిర్జరవరు లెత్తివచ్చి • నిలిచిన ననిలో
నిర్జించెద రభినవ భీ
మార్జునుల ట్లలిగి హైంద • వాధిపు లిచటన్.

సెల్యూ — ఓ నందకుమారా! మా గ్రీసుసైనికుల పరాక్రమము నీ వెఱుంగవు.

తే. గీ. యవనరాజ్య మెల్ల • నవలీల గెలిచితి
పారసీక మెల్లఁ • బట్టుకొంటి
యట్టి నేను మదిని • గట్టిగాఁ దలఁచిన
హిందుదేశ మెంత • నందతనయ!

మీ భారతీయులు బ్రతికియున్న బలుసాకులు తిని జీవింతు మందురుగదా! వారలతో యుద్ధ మన నెంత?

శ్రుత — నీ వట్టిసమర్థుండ వే. ఇంకఁ దడ వేల సేయవలయును?

సెల్యూ — రాజు సహాయమే తడవు.

శ్రుత — అసహాయశూరులుగదా! ఒరుల సహాయముతో నేమిపని?

సెల్యూ — (సస్మితముగా) బంగారుపళ్ళెమునకును గోడ చేర్పుండవల యును.

నందు — అగు నేపని కేని యిరువు రుండవలయును. ఒంటిచేతి తాళము వాగదుగదా?

సెల్యూ — అదిగాక (స్వగతము)

తే. గీ. భారతీయుల హతమార్చ ♦ వలయునన్న
నాగి విభీషణువంటివా ♦ డుండవలయు
నడవినఱకెడు గొడ్డలి ♦ యందుఁ బెద్ద
కఱ్ఱ లేకున్న సాగునే ♦ ఖండనంబు ?

(ప్రకాశము) ఇందులో మీక్షేమముగూడ నున్నది.

నందు — అది యేమి ?

సెల్యూ — మీరాజ్య మందఱరాజ్యములతోపాటు నశింపకుండుటయే?

నందు — మే మిప్పుడు సాయము సేయకున్న మారాజ్యమును నశించునని యా మీ యాశయము. సరే! నశింపఁజేయుడు. చూచెదము.

సెల్యూ — మేము చాణక్యునిపాటివార మైనను గామా ?

నందు — ఆతఁ డింటిదొంగ. అంతమాత్రముననే మేము చులకనైతిమా ?

తే. గీ. కొనరి గాజులుదొడిగించు ♦ కొనుచు నింటఁ
గుడిచి కూర్చుండలేదు సూ ♦ కుపితుఁడైన
మంత్రి చాణక్యుఁ డట్టుల ♦ మాయఁ జేసెఁ
గానిచోఁ గాలిచట మోపఁ ♦ గలరె మీరు ?

సెల్యూ — (స్వగతము) భారతీయులలో నీతఁడుతప్ప మఱియెవ్వరును నాతోఁ గలియరు. నా భావికార్య నిర్విఘ్నపరిసమాప్తి కొఱకేదో మాయ పన్ని యిచ్చకంబుల వీని వశంవదునిగా జేసికొనవలయును. (ప్రకాశము) రాజా! నందకుమారా!

నీ పౌరుష మంతయు నోటనే వెల్లడించుకొనవలయునా? కాదు. నీ కొక్కహితము చెప్పెదను గూర్చుండుము.

నందు — అది యేమి?

సెల్యూ — కలదుగదా? నా కొక సుకుమారియైన కుమారిక. ఆమె యొక్కనాఁడు మీ ప్రసంగము వచ్చి నందవంశజులు పౌరుష వంతులైనచోఁ జంద్రగుప్తు నేల విడిచెదరు? అని నవ్వులాటలకు ముచ్చట లాడినది. అందుచే నేను నీచేవ కనుంగొనుటకై యట్లంటిని గాని మఱి యొకటి గాదు.

నందు — ఇప్పుడైన నాపరాక్రమ మెఱింగినదా?

సెల్యూ — ఎ ట్లెఱుంగఁగలదు?

నందు — నీ వెఱింగింపవలదా?

సెల్యూ — నీ వామెను వరించితివా?

నందు — (స్వగతము) ఈమె పాశ్చాత్యకన్య. దేవకన్యవలె నుండు నందురుగదా? నిజముగా నా కా కన్యారత్నమే లభించినచో నే నామె బానిసతనమునకైనఁ బనికిరా ననుకొనియెదను.

శ్రుత — రాజా! మిన్నకుండెద వేమి? ఏదో యొకయుత్తర మొసంగుము.

నందు — నాపెండ్లిబేరము నేనే చేసికొనవలయునా?

సెల్యూ —

చ. చలనములేని క్రొమ్మెఱుఁగో ♦ చంద్రుఁడో యంచును జంద్రగుప్తునిన్
వలచిన నా కుమారికను ♦ బంకజనేత్రను హేమగాత్ర నే
బలిమిని నైన నీకిడఁగ ♦ వచ్చితిఁ బరిగ్రహింతువో
వలదని త్రోసెదో చెపుము ♦ ఫాలనో నీటనో ముంప మమ్ములన్.

నీవు కులీనుఁడవు గాన నామె మంగళసర్వాంగములు నీకుఁ గానుకగా నొసంగి నాతలపై నున్న బరువును దింపుకొన నెంచితి. ఆమె యెట్టిదంటివేమో ?

తే. గీ. చక్కఁదనమున శర్వాణి ♦ సహజ గాన
మాధురిని వాణి తిలకింప ♦ మంజువాణి
యఖిల లక్షణములకు నీ ♦ లాలివేణి
విమలశృంగారముల కల ♦ విష్ణురాణి.

నందు — (స్వగతము) ఇట్టి యీ కన్యాతిలకమును గోరకయే నాకొసంగ వచ్చుట చూడఁగా నాభాగ్యమునకుఁ బరిమాణము లేదనుకొనియెదను. (ప్రకాశము) ఆర్యా ! తమయాజ్ఞను శిరమునఁ గీలించుచున్నాఁడను.

శ్రుత — చూచితివా ! రాజా ! నీరాజ్యరమామణియే గాక నీవు వలవఁబోవు కన్యారత్నము గూడ నా చంద్రగుప్తునే వరించినదఁట !

నందు — నేఁ డా సతీద్వయముగూడ నన్నే వరించినదిగదా ?

శ్రుత — కాదా ? సకలమానినీజనమనోహరుఁడును, భుజబలపరాక్రమ చక్రవర్తియు, దిగంతవిశ్రాంతకీర్తిధన్యుండును నగు నందమహారాజుండగా నొరుల వరించుట కే కన్య యిష్టపడును.

సెల్యూ — రాజా ! మఱియొకసందేశమున్నది. నీ వీస్వల్పరాజ్యముతో సంతుష్టుఁడవు గాకుము. మన మిరువురము హిందూదేశమంతయుఁ గొల్లగొట్టి యందున్న యశేషధనంబులతో వచ్చి రాజన్యమకుటకేయూరమణిగణఘర్షితపాదాంభోరుహుండవై నీవును అప్రతిమానాప్రతిహతమహాశూరశిఖామణినై నేనును జగంబుఁ బాలించుకొనవచ్చును. కావున నిప్పటినుండియే

కామినీవిహారలంపటుండవై యుండుట పౌరుషధర్మము గాదు. నా చెప్పినచొప్పున నవశ్య మాచరింపుము.

నందు — అదియే నా కసాధ్య మని తోఁచుచున్నది. అదిగాక.

తే. గీ. రాజ్యతృష్ణకుఁ గాంతాను ♦ రాగమునకుఁ
గోరికలకు సమాప్తియుఁ ♦ గూడగలదె?
యున్నదానితో సంతుష్టి ♦ నొందలేక
తడివికొని తెచ్చికొన నేల ♦ గొడవలెల్ల?

శ్రుత — అట్టి యల్పసంతుష్టుఁడవు గనుకనే పదునుపోయిన కత్తి వలె నున్నాఁడ వని జను లనుకొనుచున్నారు. సెల్యూకసువంటి మహారాజుకోరి కన్యక నిచ్చుచున్నప్పుడు వానియాదేశమును మన్నింపక త్రోసివేయదగునా? పిల్ల నిచ్చుకొనువాఁడు నిన్నుఁ బాడుచేయునా?

నందు — సరే! నీవును తోడగుచున్నావు గావున మీరేమి చేయుమన్నను చేయుటకు సిద్ధపడుచున్నాను.

సెల్యూ — మేలు! శ్రుతశ్రవా! మేలు! సమయమునకు మంచి విషయము చెప్పితివి.

శ్రుత — ఓ పాంచాలరాజా! మ తేమైన చెప్పఁ దలంచితివా?

సెల్యూ — అట్టి వేమియును లేవు.

తే. గీ. భరతవర్షంబు రణమునఁ ♦ బడసినపుడె
మత్కుమారి పాణిగ్రహ ♦ ణోత్కరంబు
సేయవలె నీవు; నేను శా ♦ సించి దేశ
మెల్లఁ బాలింతు నుల్లంబు ♦ పల్లవింప.

శ్రుత — చెలికాఁడా ! అందు కనుమతింపుము.

నందు — అనుమతింప కేమి ?

తే. గీ. భరతవర్షంబు రణమునఁ ♦ బడయఁబోయి
నీ కుమార్తెను వలతునో ♦ లేక వీర
స్వర్గలక్ష్మిని వలతునో ? ♦ సభికులట్టు
లోడుగెల్పులు మన వని ♦ చూడరాదు.

సెల్యూ — నీ కా సంశయ మనగత్యము.

నందు — నే నన్నిటికి సిద్ధముగ నున్నాను.

శ్రుత — ఓనందనందనా ! నేను నీజాతకము చూచితిని. నీయదృష్ట మిప్పు డుచ్చదశయం దున్నది. గావున లాభకర మైన కార్యము లను జోయఁబోకుము.

సెల్యూ — లాభములుగాని నష్టములుగాని యొక్కొక్కటి రాక జంటజంటలుగా వచ్చుట సహజములుగదా.

శ్రుత — సత్యము. ఓనందరాజా ! నీ కింకను గొప్పయదృష్టయోగము పట్టనై యున్నది.

మ. తిలకింపన్ భవదీయకీర్తిసతి యూ ♦ దిగ్దంతిదంత వ్రజం
బులపైఁ దాండవమాడు నీపదయుగాం ♦ భోజంబు నానానృపా
వళి కోటీరమణిప్రభాతతులచే ♦ వైరాజితం బౌను ష్మం
గళతూర్యంబులు మ్రోయు నీ జయమరి ♦ గ్రామంబు పెల్లార్పఁగన్.

సెల్యూ — సంధియ మేమి ?

చ. వసువులవర్షముల్ గుఱియుఁ ♦ బండు మనోరథ సస్యసంత తుల్
పసిడిమృగేంద్రపీఠముల ♦ పైని వసింపఁగఁ గల్గు నిష్టమా

రసికజనంబుతోడ జవ ♦ రాంద్రను గూడి వనాంతసీమలన్
మసలంగ వచ్చు రాజ్యపద ♦ మన్న లభించునె యెల్లవారికిన్.

శ్రుత — అదిగాక.

ఆ. వె. ఉర్వి రాజ వగుచు ♦ నూ రేగునపు డీవు
హారతుల నొసంగు ♦ పౌరజనము
నిక్క మప్పు డింట ♦ నిత్యకల్యాణంబు
పచ్చతోరణంబు ♦ పరగుగాదె.

నందు — (సెల్యూకసుతో) ఆర్యా ! యీదినము మాయింట నాతిథ్యము నలుప ప్రార్థితులు.

సెల్యూ — సమ్మతము.

(అని అందఱు నిష్క్రమింతురు.)

ఇది ద్వితీయాంకము.

తృతీయాంకము

రంగము – చాణక్యఋషి యాశ్రమప్రాంతకాంతారము

(చాణక్యుఁడు క్రోధానలకషాయితనేత్రకాంతులతో తల విరియఁబోసికొని చంద్రగుప్తునితో ప్రవేశించును.)

చాణ – వత్సా! చంద్రగుప్తా!

మ. ఎవఁ డాదుష్టుఁడు? నొట్ట కన్ను గలదే! ♦ యొగ్గించి హింసించి ని
  న్నవమానించియు సాగనంపుటకు వాఁ ♦ డల్పాయువున్ బూనెనో
  యవిలంఘ్యం బగు మత్ప్రతాపవిశిఖా ♦ యఃపిండజాలంబులన్
  జవిఁ జూడన్ మనసయ్యెనో బ్రతుకు కాం ♦ క్షల్ తీఱెనో వానికిన్.

చంద్ర – మఱి యెవ్వఁడు? మహాపద్మనందుఁడు.

చాణ –(చెవులు మూసికొని) బ్రతికియున్న నందునిపే రీచాణక్యుఁడు విని సహించునా? వీఁ డింక నెట్లు మిగిలియున్నవాఁడు!

ఉ. నిప్పులు ద్రొక్కుచున్ దిశలు ♦ నిండగ నార్చుచు నందజాన్వయం
  బప్పులపాలు చేసితిని ♦ నాఁకటిసింహము నోరు విప్పి యిం
  పొప్పఁగ నావులించి గజ ♦ యూథము మ్రింగినరీతి నాఁడు వీ
  డుప్పును పత్రి లేక యెట ♦ నుండెనొ డాఁగెనొ చచ్చిపుట్టెనో.

నాఁ డశ్వత్థామ గర్భాంతరశిశువినాశన మొనరించునట్లు నేనీ నందవంశకాంతారము ఖండించినను ఇంకను క్షాత్రవరాజబీజాంకుర మొక్కటి మిగిలెనా? సరే! వాఁ డింకను చాణక్యుఁడు ప్రళయకాలరుద్రుని తెఱంగున చిరంజీవియై యున్నాఁ డని యెఱుంగడు గాఁబోలును.

మ. వ్రతముల్ పోయిన, పేరుమాసిన, తప ♦ స్స్వాధ్యాయముల్ తగ్గి దు
ర్గతికిన్ వచ్చిన సన్యసించిన మహా ♦ ఖడ్గంబు చేఁ బూని యా
హితదూరుం డగు నందు నుక్కణఁతు మ ♦ త్తేభంబు కల్హార ము
ద్ధతలీలన్ బెకలించునట్లు తృణమున్ ♦ దావాగ్ని సైరించునే.

ఆవల నేమైనది.

చంద్ర — దేవా! ఆ నందుఁడు ఆవలసైన్యమును, సామంతనృపులను నాకు హిత మూరయువారి నెల్ల నే నేమో మోసపుమందులు త్రాగించి వారి మానసములను విఱిచి నాయందు క్రమముగా నసూయపుట్టించి పురజనుల హింసించి యీరాజ్యము తన పిన తండ్రిది యనియు, కౌటిల్యునివలన నీకు లభించినను నీ వర్హుఁడవు గావనియు నన్ను పీఠమునుండి తొలగించి తాను సింహాసన మధిరోహించెను.

చాణ — అన్నా! సింహాసన మెక్కెనుగా!

ఉ. బాల్యమునందు నెవ్వనికిఁ ♦ బాటలిపుత్రము నొప్పగించి సౌ
శీల్యముతోడ గద్దెపయిఁ ♦ జేర్చితినో యటువంటి నిన్ను కౌ
టిల్యుఁడు భూమి నుండఁగనె ♦ డీకొనెనే? యల జ్ఞాతి బుద్ధి చా
పల్యమె గాక పోగలఁడె ♦ బాణపథంబును దాఁటి వాఁ డిలన్.

మదీయానర్గళనిర్గళ ద్బాహాబలంబులతో మార్గణంబులు వింట సంధించి విడిచిన నద్దురాత్ముఁడు త్రిలోకంబుల కేగి కైచావు లర్పించుకొనినను, హరకేశవు లడ్డుపడినను శరణ్యంబుఁ గానక కుయ్యిడకుండునే!

చంద్ర — సత్యము, సత్యము. అది యెవ్వ రెఱుంగనిది?

తే. గీ. మించి గుహ డించి బయలఁ గ ♦ ర్జించు సింహ
మావులించినఁ గోరల ♦ సంటవచ్చుఁ
గాని చాణక్యుఁ డలిగి నం ♦ గ్రామ భూమి
నీఁక నిలిచిన హరుఁడైనఁ ♦ దాఁకఁగలఁడె?

చాణ — తరువాత నేమయ్యెను?

చంద్ర — తక్కినవాని కేమిగాని.

తే. గీ. నందవంశ నాశముఁ జూచి ♦ నా రటంచు
పౌరులను జంపుచున్నాఁడు ♦ పాపమునకు
వెనుకదీయక నందుండు ♦ విక్రమించి
కటికివానిపాటిది యైన ♦ కరుణమాలి

చాణ — హరహరా! వాని కిది యేమి పోఁగాలము? పోనిమ్ము. త్వరలో నీవు నీ రాజ్యలక్ష్మిని బడయఁగలవు. వగపు మాని నా యాశ్రమంబున వసింపుము. నీ కే కొఱంతయును లేదు.

చంద్ర — నా కీఁక రాజ్యలక్ష్మితోఁ బనిలేదు. మోక్షలక్ష్మిని ప్రసాదింపుము. మున్నొకసారి దయాతిరేకంబున స్వార్థపరిత్యాగివై నన్ను సింహాసనారూఢునిగా జేసితివిగదా? అది వైఫల్యముగా వదలిపోయినది. ఇంక నాకా మాయాప్రపంచవిషయేచ్ఛలతోఁ బనిలేదు. కావున నాకు జ్ఞానం బుపదేశింపుము.

చాణ — పుత్రా! నీ కప్పుడే జ్ఞానయోగంబు వలదు. కర్మయోగము నాశ్రయింపుము. నీకిప్పుడు జ్ఞాతిచేఁ గలిగిన పరాభవదవానలము నార్పుకొనకున్న నీవు ప్రపంచమున జన్మించినందుకుఁ గాని, నిన్ను నేను చేపట్టినందుకుఁ గాని ఫలంబు గానరాదు. ఎంతవఱ కీ మేన ప్రాణము లాడుచుండునో యంతవఱకు దేశద్రోహుల

నడంచి మాతృభూమికి మహోపకార మొనరించుటకు దోశ్శౌర్యము వెల్లడించి కీర్తిఁ గాంచవలయును గాని చరమకాలమునఁ జేయవలసిన వేదాంతవ్యాసంగములతో ముక్కు మూసికొని పూసలు ద్రిప్పుట యిప్పు డెందుకు ?

క. మనుజుండు రెండుపనులనె
యొనరింపఁగవలయు ధర్మ ♦ మొక్కటి మఱియున్
జనని యగుజన్మభూమికి
ననుకూలుం డగుట యిడుమ ♦ లలవడుచున్నన్!

చంద్ర — భవదాజ్ఞను తల ధరించుచున్నాఁడను.

చాణ — నాకు సంధ్యానుష్ఠానకాల మైనది. ఇట వసింపు మిప్పుడే వచ్చెదను. (అని నిష్క్రమించును.)

చంద్ర — మహాప్రసాదము. (అని యొక వ్యాఘ్రాసనమునఁ గూర్చుండి) ఈ మహానుభావుఁడు తపసియైనను కృష్ణాజినంబు లుపయోగించుకొనక తీవ్రమైన వ్యాఘ్రాజినంబులు వాడి తన ప్రచండ తేజోరాశిని వెల్లడించుచున్నవాఁడు.

తే. గీ. చిఱుతకూఁకటివాఁడె భా ♦ స్కరునిపగిది
మండి కోపానలజ్వాల ♦ నుంచువాఁడు
చరమకాలాన యతియయ్యు ♦ సాధు వగునె
చింతచచ్చినఁ జచ్చునే ♦ చింతపులుపు.

అదిగాక.

ఉ. వీని తపోవనంబులను ♦ వీరరసోచితమైన పాటలున్
గానివి సామగానములు ♦ గానఁగరావు శకుంతపాళి యి

క్కానను కోడిపుంజు లటు ♦ కయ్యము లాడఁగఁ గాలుద్రవ్వ ని
మ్మానినిబట్టి యాశ్రితుల ♦ మానుషశౌర్యవిలాసులేగదా.

(తెరలో)

మ. ఇదుమల్ సైపఁగలేము లేమికిని మే ♦ మేరాజు నర్థింపఁగా
నొడయం డెవ్వఁడు ? మౌర్యుతోఁ జనక మే ♦ మున్నారమీ కాటకం
బుడుగంజాలము నందుఁ డాగ్రహముతో ♦ నుక్కార్చుచున్నాఁడు మ
మ్మడవిన్ డాగిన నార్తరక్షకులు లే ♦ రా మమ్ముఁ గాపాడఁగన్.

చంద్ర — ఓహో! ఆయార్తనాదము పౌరులదని తోఁచుచున్నది. అన్నా! యెంతచింతకు లోనై యడవుల వంతలుఁ గుందుచున్నవారు. ఓపౌరులారా! శాంతింపుఁడు; శాంతింపుఁడు. ఈచంద్రగుప్తుఁ డెంత దీనస్థితియం దున్నను తనప్రాణములు ప్రజలకర్పింపవలసినవాఁడని యెఱుంగుఁడు. ఇదే వచ్చుచున్నాఁడను.

(అని నిష్క్రమించును.)

ఇది విష్కంభము.

రంగము — అంతఃపురము

(సెల్యూకసు కుమార్తెయగు శోణోత్తర ప్రవేశించియుండును.)

శోణో — ఇంక నాచంద్రగుప్తుఁడు నా కెట్లు లభింపఁగలఁడు ?

ఉ. చక్కనివారిలో మిగులఁ ♦ జక్కనివాఁడట! లక్షణంబులన్ ;
చుక్కలలోని చంద్రుఁడఁట! ♦ శూరశిఖామణియంట! వానికిన్
మ్రొక్కుదురంట విశ్వమునఁ ♦ బొల్చెడి భూపతులెల్ల; నట్టి నా
చక్కెరవిల్తు బోలు నెఱ ♦ జాణను గౌఁగిటఁ జేర్పఁగల్గునే ?

ఆ మహానుభావుని దురాత్ములగు జ్ఞాతులు మోసముఁ జేసి రాజ్యమునుండి వెడలఁగొట్టిరఁట. వానిజాడలు దీసి యెందున్న వాఁడో కనుగొనివచ్చుటకు నాచెలి యగు వసంతికను పంపి యుంటిని. ఏమో యింకను రాలేదు. ఓదైవమా! ఆ చంద్రగుప్తుని కాపాడుటకు నీవే సమర్థుండవు. మాతండ్రి యగు సెల్యూకసు యుక్తాయుక్తంబులు పాటింపక ఖలుఁడైన పద్మనందునకు నన్నొసంగి హైందవదేశ మంతయు జయింప నెంచె నఁట.

తే. గీ. అబలలంచును దేలిక ♦ యగుటఁగాదె
ధనముకోసరమో లేక ♦ ధరణికొఱకొ
దుహితసుఖముల బలివిచ్చి ♦ దోచుకొందు
రక్కటా! కన్న కడుపని ♦ యైన లేక.

సరే! భారతవర్షమంతయు జయించినప్పుడుగదా నన్ను నంద పిశాచమునకు మ్రొక్కు చెల్లించుట! ఎంతవఱకీ భూమండలంబున చంద్రగుప్తుఁడు జీవించియుండునో యంతవఱకీ భరతఖండము చెన్నుమాయక తన యథావిలాసముతో సొంపారుచుండుట నిస్సంశయము. ఒరులెవ్వరు జయింపనోవరు. అదిగో మాచెలి వసంతిక నవ్వుమొగముతోనే వచ్చుచున్నది.

వసం — (ప్రవేశించి) శోణోత్తరా! సుఖమా!

శోణో — చంద్రగుప్తునికొఱ కింతవఱకు సుఖ ముంటి ననుకొమ్ము.

వసం — సుముఖివై యుండిన బాగుండును.

శోణో — అది యేమి? వాఁడెట నున్నవాఁడు.

వసం — ఉండుటకు తావులే లేవా?

మ. పురముల్ వోవ నరణ్యముల్ కలుగవే ♦ పోషింపరే రాజులన్
గిరిరాజుల్ సకులాభిమానము మదిన్ ♦ జింతించి సన్మైత్రితో ?
ధరణిన్ దాయలవంటివారె హితు ? లు ♦ ద్యత్ప్రతిసంధింత్రు సో
దరుఁ జేరం దగ దాప్తుఁ జేరవలయున్ ♦ దైన్యంబు వాటిల్లినన్.

కావున నేఁడు చంద్రగుప్తుఁడు వత్సలుం డైన చాణక్యుని యాశ్రమంబున నున్నవాఁడు.

శోణో — ఇంక మాతండ్రితోపాటు నందాదుల మనోరథములు భగ్నమైన వనుకొనవలసినదే.

తే. గీ. కాఱుచిచ్చునుబోలి పె ♦ న్కయ్యమునను
నందవంశాంకురశ్రేణి ♦ క్రిందరాచి
నట్టి చాణక్యసింహ మ ♦ య్యడవియందు
దాఁగ, నందులు బ్రతికిపోఁ ♦ దలఁచినారె.

వసం — వారి కేమి ధైర్య మున్నదో?

శోణో — ద్రోహచింతకు ధైర్య ముండునా ? అది కేవలము సాహసము.

వసం — నా కింకొక యనుమాన మున్నది.

తే. గీ. పగఱ నుఱుమాడి యస్త్రముల్ ♦ పాఱవైచి
సన్యసించెను బాపముల్ ♦ సమయుకొఱకు ;
అట్టి చాణక్యబడబాగ్ని ♦ యమల శాంత
వనధి మునిఁగియు మరలఁ గై ♦ కొనునె కత్తి ?

అదిగాక చంద్రగుప్తుఁడును నిరాయుధుఁడే గదా! వారి కింక జయం బెట్లు?

శోణో — ఓసీ! చెలా! నీ వేమెఱుంగుదువు? దైవము లేదా? పాపమునకై దురాత్ములకు జయం బొసంగునా? ధర్మము త్రికాలాబాధ్య మని యెఱుంగవా?

తే. గీ. ప్రజల రక్షించి దేశంబు • పండుకొఱకు
భూమిఁ బ్రాణార్థములు ధార • పోయువారి
కస్త్రశస్త్రంబు లేటికి? • న్యాయ మొకటె
చాలు శివపూజకును భక్తి • చాలినట్లె.

కావున వసంతికా! నేఁడే నా చంద్రగుప్తునికడకుఁ బోయి, పరరాజన్యరాజ్యాపహరణార్థమై మాతండ్రి సెల్యూకసును, నందుడును జేసెడు భగీరథప్రయత్నముల నిష్ఫలములను జేసి స్వదేశసామ్రాజ్యమును గాపాడుటకుఁ దోడయ్యెదను. నే నీ తుచ్ఛము లగు ప్రాణముల కాశించుట లేదు.

మ. నరకున్ద్రుంచెను సత్యభామ శరముల్ • నాటించి యమహ్మాహింపా
సురు మర్దించెను పార్వతీసతి ధరన్ • సుశ్లోకులై యెందఱో
తరుణుల్ యుద్ధము లాచరించి గుణదో • ర్దర్పంబుతో దేశమున్
గరమున్ గాచి కృతజ్ఞులై వెలయరే • కాంక్షించిరే ప్రాణముల్.

శౌర్యసత్వంబులు గలిగియు ధర్మసంరక్షణార్థమై వెచ్చింపని మతిహీన పుట్టిన నేమి? గిట్టిన నేమి? కావున నేఁడే చాణక్యాశ్రమంబునకుఁ బోయెదను.

వసం — చెలీ! నీ వంతటి సాహసికురాలవే. కాని నీ విప్పు డీయభ్యంతర మందిరము వీడి నానాయవనపాంచాలభటసంరక్షితమైన కోటను దాటి ఘోరాటవులకుం బోయి యెట్లు చంద్రగుప్తునిఁ గాంచగలవు? అదిగాక నాతఁ డిప్పుడు ప్రచ్ఛన్న వేషమున

నొరులకుఁ గానరాక డాఁగియున్నాడు. అంతకంటె నీ వేమైన సందేశ మంపదలఁచితి వేని చెప్పుము. నేను బోయి యెఱిం గించి వచ్చెదను.

శోణో — నీ వేల శ్రమపడవలయును? నీవు వార్తాహారిణివై పోయిన వానిదర్శనమహాభాగ్యము నీ కగును గాని నా కలభ్యమేగదా కావున,

తే. గీ. ప్రియసమాదరణార్థమై ♦ వెడలువారి
కడ్డుపెట్టునె యడవులు ♦ యవనభటులు
స్వార్థము పరిత్యజించిన ♦ సాధ్వులకును
దైవమే తోడు మేదినీ ♦ దేవి తోడు.

వసం — అది నిజమైనను నీ విప్పు డీమందిరద్వారమునుండి కా లీవలకుఁ బెట్టితి వేని దాన ప్రమాదము లనేకము లున్నవి. తుదకు నీ వెవ్వరికిని సహాయముఁ జేయనేరవు కావున నా చెప్పినట్లు వినుము. నీకోరిక లన్నియు ఫలింపఁగలవు.

శోణో — అట్లైన నీ వొక్కసాయము చేయుము. చంద్రగుప్తుఁ డిప్పు డసహాయుఁడై రాజ్యమును పోగొట్టుకొని యున్నాడుగదా? వానిచే యుద్ధము చేయించి ద్రోహులగు నందాదుల గర్వ భంగము గావించి యవ్వల నేను వాని పాణిగ్రహము సేయ వలయు నని యున్నది. ఇందుకు నీ వేమనియెదవు?

వసం — అట్లవశ్య మాచరింపుము.

శోణో — నా యమూల్యనవమణీమయసహస్రాలంకారములును, నేను చిన్ననాటినుండి కూడఁబెట్టుకొనిన యశేషధనంబును, గైకొని నీవు నీతోడివారలతో రహస్యముగా చంద్రగుప్తునికడకుఁ

బోయి యొసంగిరమ్మో. ఇదిగో నాతొడవులను మున్నుగా గ్రహింపుము. (అని తీసియిచ్చి) నామాటలుగా నాతనితో నిట్లు వచింపుము,

తే. గీ. ధన మవశ్యంబు వైరికాం ♦ తార దహన
కారణంబును, రణజయ ♦ కారణమును,
గానఁ గైకొని జాతీయ ♦ సేనఁ గూర్చి
కదన మొనరింపు తప్ప క ♦ భ్యుదయమునకు.

మ. నృప! సెల్యూకసు వైరి మా కతని పు ♦ త్రీరత్న మీకాన్క నే
యపకారంబున కంపెనో యనుచు రో ♦ యం బోకు నాయందు నే
యపచారంబులు గల్గినన్ దలఁప కీ ♦ యర్థంబు గైకొమ్మి ని
ష్కపటత్వంబున నిన్వరించితిని హృ ♦ త్కాయోక్తికర్మంబులన్.

ముందే యిట్లనవలయును.

సీ. వనిత శోణోత్తర ♦ నిను వరించియుఁ జాల
నీమీఁదఁ బ్రాణముల్ ♦ నిలిపె నను
దాయాది కుపితుఁడై ♦ మాయఁజేసిననాఁడు
దుఃఖించి కన్నీరు ♦ తొలఁచె నను
ఏకాకివై కాన ♦ కేగఁ బోయిననాఁడు
దారిలో నిను డాయఁ ♦ దలఁచె నను
రిపులు నీకొనరించు ♦ యపకారములఁ బాప
నింట గాలూఁది నే ♦ నుంటి నను

గీ. ద్రోహులను వీడవలదని ♦ సాహసించి
బవరమున వారిఁ జంపగా ♦ వలయు నను

జగతి జన్మించి కీర్తితోఁ ♦ జచ్చుకంటెఁ
దపము గొప్పది గాదని ♦ తలఁపు మనుము.

ఇదిగో! ఈ నా చిత్రఫలకముఁగూడ జ్ఞాపకార్థ మొసంగుము. పొమ్ము. (అని యిచ్చును.)

వసం — సరే. (అని పుచ్చుకొనును.)

శోణో — ఇప్పు డాచంద్రగుప్తుని గురుతుపట్టఁగలవో లేవో? మున్ను నీవు చూచినవాఁడు తప్పక వృషలుఁడేగదా!

వసం —

తే. గీ. నళినశంఖరథాంగ చి ♦ హ్నములు గలుగు
నడుగుజాడలె వృషలుని ♦ యానవాలు
వేరొకరు చెప్పనేల మం ♦ దారసుమము
చెప్పుకొనదె సుగంధంబు ♦ గుప్పిగుప్పి.

అదిగాక.

తే. గీ. నవ్వుమొగమున మోహంబు ♦ నివ్వటిల్లు
సోగకన్నుల తేజంబు ♦ సొబగుమీఱు
నతఁడు రారాజలక్షణ ♦ యుతుని యట్లు
దోఁచుచుండును రేరాజు ♦ తోఁచుపగిది.

శోణో — శుభ మగుగాక! పోయిరమ్ము. (వసంతిక నిష్క్రమించును;) ఓకాలమా! ఎట్టిచంద్రగుప్తు నెట్టివానిఁగా మార్పఁగలిగితివి?

మ. నడువంజాలక యెండవానలకు నా ♦ నా కష్టముల్ పొందుచున్
బడుచున్ లేచుచు దిక్కుఁ గాన కకటా! ♦ ప్రచ్ఛన్నుఁడై పోయి యే
యడవిన్ డాఁగెనో? వార్ధిలో మునిఁగెనో? ♦ ప్రాణేచ్ఛలన్ వీడి యా
యుడు రాయుండో దినేంద్రుఁడో యతని నే♦నూహింతు రక్షింపఁగన్.

(ప్రక్కకుఁ జూచి) మా జననీజనకు లిచ్చోటి కదిగో సేనానాయకుని వెంటం దీసికొని యేమికతంబుననో వచ్చుచున్నారు. నే నిచ్చోటువీడి మేడమీఁదికి వెళ్ళెదనుగాక. (అనివెళ్ళును.)

(సెల్యూకసు వానిభార్య యగు జోరా సేనానాయకుఁడు ప్రవేశించును.)

సెల్యూ — అమ్మా! శోణోత్తరా! ఇటు రమ్ము.

జోరా — నాథా! యిప్పుడే లోనికి వెళ్ళినది గాఁబోలును. నేను దూరమునుండి చూచితిని.

సెల్యూ — చేటికా! యిటు రమ్ము.

చేటి — దేవా! యేమి సెలవు.

సెల్యూ — అమ్మాయి శోణోత్తరను తోడ్కొనిరమ్ము.

చేటి — చిత్తము దేవా! (అని నిష్క్రమించును.)

సెల్యూ — వాహినీపతీ! నా యుద్దేశము నీ వెఱింగినదేగదా!

తే. గీ. మన యలగ్జాండరుప్రభుండు ♦ మహినిగెల్చి
హిందుదేశ మంతయుఁ గొన ♦ నెంచెఁగాని
యతఁడు విఫలమనోరథుఁ ♦ డగుచుఁ బోయె
ద్రాక్షఫలము లందని నక్క ♦ దారిఁ గనుచు.

ఆ కొఱంత నే నిప్పుడు సంపూర్ణముగాఁ దీర్చికొన నెంచితిని.

సేనా — అది యెంతసేపు. కాని జయింపవలయు నన్న నొక హిందూదేశమే యననేల? యెన్ని లేవు.

సెల్యూ — అవును గాని గ్రహము లన్నిటిలో సూర్యుఁ డెట్టివాఁడో దేశములలో హిందూదేశ మట్టిది.

ఉ. భూ లలనాగళంబున ని ♦ భూషితమైన విదేశరత్నహా
రాళిని ముత్య మట్టు బల ♦ రారెడు భారతవర్ష మిందుతోఁ
బోలునె రోమకాది వర ♦ భూములు? దీనికి రత్నగర్భయం
చోలివచించుపల్కు దగి ♦ యుండెను నెంతయు నీ ధరాస్థలిన్.

సేనా — అయినచో తప్పక జయించియే తీరవలయును.

సెల్యూ — అందుకు మగధభూపాలుఁ డగు పద్మనందుఁడు తోడ్పడ వలయును. ఆతఁడు మనకు వశ్యుఁడగుటకు మన శోణోత్తరను భార్యగా సమర్పింపవలసియున్నది.

సేనా — ఆతఁడు మన యుత్తరకుఁ దగినభర్తయేనా?

సెల్యూ — అట్లు విచారించిన మన ప్రయత్న మిప్పు డీడేఱదు.

సేనా — అట్లైన మన కది భావ్యము గాదు. ఆ నో రెఱుంగని పసికూనను మూర్ఖుఁ డగు నందుని కంటగట్టుట కాకిముక్కునకు దొండపండు గట్టుటవంటిది.

జోరా — అగు నది సత్యము. ఆ పద్మనందుఁడు కేవలము మూర్ఖచిత్తు డని వినియున్నాను.

సెల్యూ — మీ రెంతవెఱ్ఱివారలు. మీవంటి భూతదయాపరు లరణ్యములో పుట్టవలసినది.

మ. బలు లర్పించియొ బొంకులాడియొ మహా ♦ పాపంబులన్ జేసి యా
వల నార్జించెద రర్థ మన్నను దృణ ♦ ప్రాయంబె రాజ్యంబు భూ
రిలసత్ భాగ్యము వచ్చునప్పుడు కుమా ♦ రీసౌఖ్య మూహించినన్
గలదే కార్యము డబ్బుకన్న ఘన మి ♦ క్కాలంబులో నేదిఁకన్.

శోణోత్తర — (ప్రవేశించి) ఓజననీజనకులారా! వందనములు చేయుచున్నాను.

సెల్యూ — శుభమగుగాక. అటఁ గూర్చుండుము.

సేనా — శోణోత్తరా! (అపవారించి) నీతలిదండ్రులు నీతో కొన్ని సంగతులు చెప్పనున్నారు. వానిని నీవు కాదనక శిరసావహింపుము.

సెల్యూ — కుమారీ! నీవు పితృభక్తిపరాయణ వని యెఱుంగుదును.

శోణో — తమహితవచనంబులు విన వేఁడుచున్నాను.

సెల్యూ — మగధదేశాధీశుండగు పద్మనందుఁ డనువానికి నిన్నిచ్చి పెండ్లి సేయుటకు మే మందఱము నిశ్చయించుకొన్నారము. అందుకు నీవును సమ్మతింపుము.

శోణో — (ఊరకుండును.)

సెల్యూ — మిన్నకుండెద వేమి? ఆతనిసంగతి నీకు చక్కఁగా తెలియదు గాఁబోలును.

శా. సౌందర్యంబున మన్మథుండు విలసత్ ♦ సౌజన్యవారాశి యా
మంథాద్రిప్రతిభుం డకల్మషుఁడు సా ♦ మ్రాజ్యాభిషిక్తుండు నీ
యందున్ గోరికఁ గల్గువాఁ డగుట న ♦ య్యబ్జాక్షుఁ బెండ్లాడు మీ
మందారంబును జేరు తేఁటివలె నా ♦ మర్యాద కాపాడఁగన్.

సేనా — అమ్మా! నీ వీ విషయమున సందేహింపవలదు. దాన నీకు భర్తయు, మాకు హిందూదేశరాజ్యలక్ష్మియుఁ జేకూఱనున్నది.

సెల్యూ — పుత్రికలను కన్నందున కేదియో ఫల ముండవలయును గదా! కావున నీ విందు కియ్యకొనుము.

శోణో — నాపెండ్లివిషయమై మీ రింతగా ప్రయత్నింప నేల! నే నేమైన నభిలషించితినా?

చ. అతివలు కోరువారిని స్వ ♦ యంబుగఁ బెండిలియాడుధర్మముల్
మతము స్వతంత్ర మియ్యఁగను ♦ మాయురె! కూఁతుల నమ్మి తండ్రులి

ట్లతుకులుపూడ్చుకొందురె క ♦ టా ! సుతశుల్కము పాపమంచు నీ
మతిని దలంచి నేఁడయిన ♦ మానుకొనుం డిటువంటియత్నముల్.

సెల్యూ — కుమారీ! ఉత్తరా! నీ విట్లనఁజెల్లునా?

శోణో — తమ కాగ్రహకారణం బని తలంపకున్న కొన్నిసంగతులను విన్నవించుకొనియెదను.

సెల్యూ — అవి యేమి?

శోణో — ఎవనిని కేలూఁతఁగైకొని యీధరాచక్రము జయింప నుద్యోగించుచున్నారో అట్టి నందునకు కపటమందు పాండిత్యమున్నట్టు లస్త్రశస్త్రములందు లేదు. ఈతఁడు రణభీరుఁడు గాని శూరుఁడు గాఁ డని చంద్రగుప్తునియెడ నగపఱచిన మోసమే చెప్పక చెప్పుచున్నది. ఇంతకన్న చంద్రగుప్తుని చేరఁదీయుట సర్వోత్తమము. కాని యిప్పు డున్న రాజ్యముతో సంతసింపక దేశమంతయు జయించి కబళింపవలయు ననెడి యుద్దేశము పరిత్యజింపుడు. ప్రజల హింసించి రక్తాన్నము భుజించుటకంటె వ్యసన మింకొకటి లేదు. రాజ్యదాహంబునకు తృప్తి లేదు. వాంఛామూలంబులైన దేహంబులు దొంగవెలుగుల వంటివి. పాపంబుల వెనుదీయనివారు రౌరవంబులఁ బరితపింప వలసియుండును. అమాయికులగు హిందువులను కపటరణంబునఁ జంపుట మేకలను నూకాలమ్మకు బలియిచ్చుటవంటిది. అది గాక చిరకాలమునుండి నివాస మేర్పఱచుకొనియున్న మనల నీ హిందూభూమి విడువదు. ఈమె నాశ్రయించి మాతృభక్తిని పూజించుట యశఃకాముల లక్షణము. కావున మీ తలంపు లింతటితో చాలింపుఁడు. లేనిచో పెక్కుకష్టములకు చిక్కుటే గాక యున్న గౌరవమునకుఁగూడ హానివచ్చును.

సేనా — నీ వింతవఱకు మాటలాడ నేర్చిన ముద్దుపలుకులు నా చెవుల కింపులు నింపుచున్నవి. కాని నీ వింకను బాలికవు. ఇట్టి విషయములయం దప్పుడే జోక్యము గలిగించుకొనరాదు.

సెల్యూ — నీవు భయము దక్కి మాకీ నీతులు కఱపుచుంటివిగా?

శోణో — నందుని పెండ్లియాడుటకు నాయాత్మ సమ్మతించుటలేదు.

సెల్యూ — ఏమి నీమౌర్ఖ్యము!

చ. అడిముడిఁ జెప్పుచుంటివి బ ♦ లా యిఁక ఱెక్కలు వచ్చెనంచు నీ
వడు గెట నైన నుండునె వి ♦ వాహపుభారము తండ్రి నెత్తిపై
నిడి పడియుండ కీపదరు ♦ లేటికి దుష్టవు పుట్టినావు మా
కడుపున రాయి యైనఁ గనఁ ♦ గాంచిన మేలగు నేమొ బాలికా.

శోణో — నేనును అట్లే దలంచుచున్నాను.

చ. వలచినవానిఁ బ్రేముడిని ♦ వచ్చినవానిని మానసంబులోఁ
దలచినవాని లేవయసు ♦ దర్పము లొప్పెడువానిఁ జేర నీ
వలవక యిష్టమున్న పెఱ ♦ వల్లభుఁ గట్టెద నంచుఁ బుత్రికన్
బులిమెడు తండ్రిగర్భమునఁ ♦ బుట్టుటకంటెను చావు మేలగున్.

సెల్యూ — ఇట్టి నిందాగర్భితమైన మాటలు నామ్రోల నీవాడుటకంటె నొకయీఁటెతో నావక్షమునఁ బొడిచిన బాగుగ నుండును. అన్నన్నా! యెంతమాట లంటివి.

ఉ. కూఁతులఁ గాంచి దుఃఖమునఁ ♦ గ్రుంగి తపించెద రిందుచేతనే
పాతక మెంత చేసితినొ ♦ పాపిని నిన్గనఁగాంచినాఁడ నా
ఖ్యాతికి నెగ్గు దెత్తువె క ♦ టా! నను శుల్కము బట్టితెంచు; దు
ర్జాతిని బుట్టినామె నిను ♦ రాయిడిసేయఁగ? సిగ్గు లేదటే!

జోరా — నాథా! కన్నకడుపుపై నింత యాగ్రహింపవలదు. నేను కొంత యూరడించి దీనిని మంచిత్రోవకుఁ దీసికొనివచ్చుటకు ప్రయత్నించెదను.

శోణో — అమ్మా! నీ వేల యాయాసపడియెదవు? నాకన్నియుఁ దెలియును.

ఉ. ఆరయలేక పుత్రిక సు ♦ ఖానుభవంబు; వివాహమే సదా
చార మటంచు వృద్ధునకొ ♦ జారునకో యిడుచుంద్రు గాని తాఁ
గోరినవారి కిచ్చుటకుఁ ♦ గొంకుదు రింతకు వారి కేమి! సం
సారము సేయువారల వి ♦ చారము చెప్పెడివారి కుండునే.

కావున తల్లీ!

తే. గీ. శుక్తిగర్భంబులోఁ జారు ♦ మౌక్తికంబొ
మాంసమో యుండి తెలియని ♦ మాడ్కి నెవని
యెవనిహృదయంబులోన నే ♦ మేమి గలదొ
తెలిసికొనరాదు పై కింత ♦ తెలియఁబడదు.

సెల్యూ — ఇట్లు మ మ్మొక కానివారలనుగా నీవు భయముదక్కి తిర స్కరించుటకుఁ గడంగితివిగాన యథావిధిగా శిక్షింపఁబడియెదవు

చ. చెఱను నిరంతరంబును వ ♦ సింతువొ నందునిఁ బెండ్లియాడెదో
పురమునువీడి ఘోరవన ♦ భూములపాలయి చంద్రగుప్తుఁ ద
చ్చరణసరోజపంక్తిఁ దలఁ ♦ దాల్చెదవో తెగఁజెప్పు మింక మం
దిరమున నిల్వరాదు పద! ♦ తీఱెను నీఋణ మింక మా కిలన్.

జోరా — ప్రాణేశ్వరా! అంత యాగ్రహమేల? ఆమె తమ కూఁతురు గాదా? ఈవేళఁ గాకున్న త్వరలైన మీయాజ్ఞ మన్నింపదా? మీలాభమున కామె నేడ్పింతురా?

శో॥ — తండ్రీ! నేనందులకు శంకింపను.

చ. చెలిను వసింపు మన్నను వ ♦ సించెద మీభవనాంగణావళుల్
పురములా వీడి పొమ్మనినఁ ♦ బోయెదఁ గాని వరించి నందునిం
బరిణయ మాడజాల నల ♦ పకార్యుని పాద రజో(వ్రజంబు మ
చ్ఛిరమునఁ దాల్చి పోయెద మ ♦ దీయ మనోరథసిద్ధిఁ గోరుచున్.

సెల్యూ — (తిరస్కారముగా) అ క్లేమి!

తే. గీ. కట్టుపోగులతోడ నీ ♦ కొఱకు నిడిన
భూషణంబులు దీసి నా ♦ (మ్రోల నిడుము
నడువు మావలి కిఁకను నీ ♦ నుడువుచోటఁ
జంద్రగుప్తుఁడో గిప్తుఁడో ♦ సాకు నిన్ను.

శో॥ — అందుకు నేను సంసిద్ధనై యున్నాను. (అని వస్తువు లన్నియుఁ దీసిపెట్టును.)

ఉ. ఇంతియగాదె మీరు విధి ♦ యించెడి శిక్షలు? తల్లిదండ్రులై
వంతలఁ బెట్టిరన్న గుణ ♦ వంతులు మెత్తురె నాకు దైవమే
యింతగఁజేయుచుండ నొరు ♦ లేగతి మాన్పగలారు గాన నా
స్వాంతము చంద్రగుప్త పద ♦ పద్మములం దిడి పోదు నిప్పుడే.

సెల్యూ — ఎంతకు సాహసించితివి!

జోరా — అమ్మా! శోణోత్తరా! నామాట చెల్లింపవుగా? నీకు మేము తల్లిదండ్రులమయ్యును నపకృతి సేయఁదలంతుమా? మా మాట లంత యనాదరణీయములా? కావున తల్లీ! నాహితాలాపములు మన్నించి మీతండ్రి యాజ్ఞకు నొడంబడుము.

శోణో — (స్వగతము) నే నిప్పుడు వీరియాగ్రహమునకు పాత్రుఁ డైనచో నా భావికార్యమునకు ముప్పు దెచ్చుకొనవలసి యుండును. అదిగాక హిందూదేశ విజయానంతరముగదా నన్ను నందున కిచ్చుట? సరే! అంత యోగ్యత వీరలకు పట్టినప్పుడుగదా! కావున పైకి వీర లయభిప్రాయము నంగీకరించెదను.

సేనా — శోణోత్తరా! నీ విన్ని యెఱిఁగియుండియు మాతలిదండ్రుల నిట్లు క్షోభింపఁజేయఁదగునా?

శోణో — సరే! ఆనింద నాపై నెందులకు? నేను మీసొత్తునుగదా? మీయిష్టము వచ్చినట్లు చేసికొనుఁడు. నే నన్నిటికి నొప్పుకొనుచున్నాను.

సెల్యూ — అమ్మా! యెంతలో నీబుద్ధిని మఱలించుకొంటివి. నీవలె మనోబుద్ధులను స్వాధీనమునం దుంచుకొనువార లీలోకంబున లేరుసుమా! నీ విప్పు డొక్కమాటచే నన్ను సానందునిఁ గావించితివి.

జోరా — మా దీవనలు నీ కభీష్టార్థము లీడేర్చును గాక.

శోణో — (స్వగతము) అటులైన మా చంద్రగుప్తుఁడు వైరులను జయించునుగాక.

ద్వారపాలకుఁడు — (ప్రవేశించి) దేవా! దేవరవారి దర్శనార్థ మెవరో వచ్చియున్నారు.

సెల్యూ — రావింపుము.

ద్వార — చిత్తము. (అని నిష్క్రమించును.)

వార్తాహారి — (ప్రవేశించి) దేవా! నందమహారాజు మీ కీయుత్తరము పంపియున్నాఁడు. (అని యిచ్చును.)

సెల్యూ — మఱి యేమైన వార్త లంపెనా?

వార్తా — కొన్నిటిని మాత్రము పంపెను.

సెల్యూ — అవియేమి?

వార్తా – దేశమునం దంతటను రాజద్రోహులు పొడసూపుచున్నారు. రహస్యముగా సంఘము లేర్పరచి నేలమాళెలు త్రవ్వి యుద్ధ సామగ్రిని జేర్చి ప్రజల నల్లకల్లోలముఁ జేయ నుంకించు చున్నారు. వార లుత్తరప్రత్యుత్తరములకు నూతనభాష కల్పించిరి. వేషములను మార్చి స్వైరవైకల్యమునేర్చి బంది పోటులవలన ధనముఁ గూర్చుచున్నారు. ఉపన్యాసకులవలెను, మతప్రబోధకులవలెను బయలువెడలి కుట్రలు పన్నుచున్నారు. మన రాజకీయోద్యోగులు నిం దనేకసలహాల నిచ్చుచు తోడ్పడు చున్నారట. చంద్రగుప్తుఁడు మనపై నెత్తివచ్చునని వార్తా హారులవలన తెలియవచ్చుచున్నది. కావున మీ రిందు నప్ర మత్తులై యుండవలయును.

సేవా — ఈ నందరాజు వట్టిపిఱికివలె నున్నాఁడే.

సెల్యూ — ఉత్తరములో నేమి వ్రాసెనో చూచెదను. (అని విప్పును.)

"తే. గీ. మాకు దాయాది యిప్పుడు ♦ మీకువైరి
చంద్రగుప్తుఁడు చాణక్య ♦ సాయమునను
రాహువో యన సైన్యస ♦ న్నాహుఁ డగుచు
మ్రింగఁజూచుచు నున్నాఁడు ♦ మిమ్ము మమ్ము."

అనియా? సరే! ఓవార్తాహారీ! మీ నందమహారాజుతో నిట్లని వచింపుము.

తే. గీ. చంద్రుఁ డెప్పుడు రాహువు కాఁ ♦ జాలఁ డనుము
సైన్య ముండినఁ జాణక్య ♦ సాయమున్న
నంద మేఘంబు శరధార ♦ లందు ముంచి
మాపివేయును చంద్రుని ♦ మహితకళలు.

శోణో — (స్వగతము) నందుఁ డనుమేఘము నీటిని గ్రుమ్మరించుటయే గాని చంద్రగుప్తుఁ డను చంద్రు నేమిచేయఁజాలును?

క. శరజాలంబులు గురిసియు
విఱుగును మేఘంబు చంద్ర ♦ బింబము స్వచ్ఛాం
బరమున జ్యోత్స్నాకరమై
వఱలుచు సంతనముఁగూర్చు ♦ వసుమతి కెపుడున్.

కావున చంద్రుఁడు చంద్రుఁడే.

సెల్యూ — ఓ వాహినీపతీ! యేది యెట్లున్నను మనసైన్యమును సిద్ధపఱచుకొనియుండుట కర్తవ్యము. ప్రమాదములు చెప్పి రానేరవు. ఇంక మనము పోవుదము రండు.

(అని అందఱు నిష్క్రమింతురు.)

ఇది తృతీయాంకము.

చతుర్థాంకము

...o O o...

రంగము — జయలు

(నానాదేశపు స్త్రీలు అగ్నిగుండము చుట్టి యుందురు)

మాగధి — ఓ యక్కలారా ! నేటితో మనరాజవంశంబును హిందూదేశమహారాజ్యలక్ష్మియు భూమండలమునుండి తొలఁగిపోవనున్నది.

లాటి — ఎప్పుడు పద్మనందుఁడు సెల్యూకసు కుట్రలో చేరెనో నాఁడే మన కీకీడు మూఁడు ననుకొంటిమి.

వరాటి — చంద్రగుప్తుని రాజ్యమునుండి తొలఁగించినప్పుడే ఖలుఁ డగు నందుని మన క్షత్రియరాజశూరులు కడ తేర్చియున్నచో మన కీచేటు లేల వచ్చియుండును ?

పాంచాలి — రాజశూరులపై నిందమోప నేల ? రాజకాంత లేమి చేయుచుండిరి ? వారిని ప్రోద్బాహపఱుప లేకుండిరా ?

కర్ణాటి — అంత తెలివి యెక్కడిది ?

పాంచా — మనయందు నానాఁటికి స్వచ్ఛందవిషయాసక్తి క్రమముగా పెచ్చుపెరుగుటచే దేశమంతయు చెడిపోవుచు పాపకారులు, అపౌరుషులు బయలువెడలుచున్నారు.

కర్ణా — అయ్యయ్యో ! యెంత కెంతవచ్చినది. ఓ హిందూమహారాజ్యలక్ష్మి ! ఓయార్యావర్తపుణ్యక్షేత్రయా ! ఓభారతవర్షక్షమామతల్లికా ! నీకింక నెట్టిపాట్లు రా నున్నవో ? నీ వేమి కావలసియున్నావో ? నీగర్భమున నున్న రాక్షసులఁ గనగాంచి

విసిఁగి విసిఁగి నేఁడు నీయాత్మపుత్రులనే రాక్షసులకంటె క్రూరులను జేసికొంటివా? తల్లీ! ఆపద్మనందుఁ డేల యీ మందయానచే నిందింపఁబడవలయును? వాని నేల నీమహాశక్తిని ప్రసన్నునిగా జేయకుంటివి;

తే. గీ. జననిరో! మున్ను నీగర్భ ♦ వనమునందు
బయలుదేరెడు పుష్పముల్ ♦ పరిమళంబు
గలవి యని పేరు వచ్చెను ♦ గాని యెపుడు
వట్టి దుర్గంధకుసుమంబు ♦ పుట్టలేదు.

మాళవి — ఓ నందా! ఓరి కుమతీ! నీ వీ వీరక్షత్రియరక్తమునకు పుట్టలేదా? నీతల్లి హిందూసుందరిగాదా! నీవు హైందవుఁడవు గావా? నీ కేల యీమాతృదేశవధావ్యాపార ముదయించినది? నీ కిప్పు డున్న రాజ్యము నీ కన్యాయముగా లభించినదే గదా? దానితో తృప్తి కాకున్నచో నీసాటి యీరాజలోకంబును తోడుచేసికొని యెన్ని పరరాష్ట్రంబుల గెలువరాదు? అట్లుగాక తల్లిదేశముపై దండెత్తి నీ సోదరసోదరీమణుల రక్తముచే ఆర్యావర్తపుణ్యభూమి దశిపిన నీఘోరమహాపాప మెన్ని తపంబులు చేసినను వదలునా? నీ కీ యపకీర్తి తప్పునా?

మాగధి — ఇంక ని న్నేమనిన నేమికార్యము? దేశమంతయు నీమూలమున సెల్యూకసు పాలఁబడినది. ఘోరముగా రణము జరుగుచున్నది. స్వదేశరాజులందఱు హతులగుచున్నారు. మిగిలినవారు పటాపంచలై పోవుచున్నారు. స్త్రీలకు మానభంగము గలుగునేమో యని యీ యగ్నిదేవునికి ప్రాణములను సమర్పింపనున్నారము. ఆహా! ఇంక నేమికర్తవ్యము?

పాంచా — ఓ హిందూదేశమా నీ కిదే కడసారి నమస్కారము.

సీ. లెక్కింపఁగా రాని ♦ పెక్కేఁడు లీరీతి
గన్నబిడ్డఁ వలెఁ ♦ గాచినావు
చెక్కుచెదరకుండ ♦ స్నిగ్ధసౌధంబుల
నుయ్యెలలను బెట్టి ♦ యూఁచినావు
ఆరామసీమల ♦ నలఘువైభవములఁ
దేలించి వన్నెలు ♦ దిద్దినావు
కలిమిలేముల కవ ♦ కాళ మియ్యఁగనీక
యెల్లరాజ్యసుఖంబు ♦ లిచ్చినావు

గీ. తల్లి! భరతవర్షవధూమ ♦ తల్లి నిన్ను
వీడి ఘోరాగ్నిలోఁబడి ♦ వెడలుచుంటి
మిదిగో జోహారు గైకొను ♦ మింకమీఁద
మమ్ము నీపుత్త్రికలమని ♦ మఱచిపొమ్ము.

మాళవి — సోదరీమణులారా! ఈయుద్ధము నేఁటికి పదియాఱుదినములనుండి ఘోరముగా జరుగుచున్నను పరిసమాప్తి కాలేదు. మన క్షత్త్రియాదివీరు లందఱు నశించిరి. సైన్యము పంచబంగాళమైనది. ధైర్యము పటాపంచలైనది. ఒక్కింతసేపులో రాజ్యలక్ష్మి ద్వితీయస్వయంవరము ప్రకటింపనై యున్నది. ఇంక మీఁద మానహాని రాకమానదు. అంతకంటె ప్రాణహానియే శ్రేయోదాయకము. కావున మీ రెవ్వరును వెనుదీయక మీజీవనాళములయందు రాజరక్తము ప్రవహించుచున్న యెడల మీరు మీ క్షత్త్రియత్వము నీ జగతీత్రయంబున నింపెదరుగాక!

చ. ఎవరికి శాశ్వతంబు జగ ♦ మెవ్వరి కెన్నఁడు మంచిదయ్యె నీ
భువిపయి నెందఱెందఱు ప్ర ♦ భుత్వముచేసిరొ భిక్ష మెత్తిరో
దివిఁ జనినారు స్వప్నగత ♦ దీపికలో యనఁ గీర్తి నిల్చె వా
రవనిని నిల్వకున్నఁ; ♦ జెలులార! యశంబునకై తపింపుఁడీ.

పాంచా — అందుకు మే మందఱము సంసిద్ధులమై యున్నాము.

మాళ — ఒక్కసారి యీయగ్ని దేవునిచుట్టు నిలువంబడి ప్రార్థింపుదము
రండు. (అందఱును వత్తురు.)

చేతులు మోడ్చి

చ. విమలుఁడ వగ్ని దేవుఁడవు ♦ వీరపతివ్రతమానరక్షణో
ద్యమమును జేయువాఁడవు ము ♦ దంబున సాధ్వులపాలికిన్ వివా
హములకు సాక్షి వీవు బహు ♦ హవ్యములన్ బరితృప్తి నొందు దీ
వమరఁగ నేఁడు మాతనువు ♦ లాహుతిగాఁ గొను హవ్యవాహనా.

లాటి — ఓ యనలదేవా! నాఁడు సీతాపాతివ్రత్యమునకు నీవేగదా
సాక్షివై నామెను శుచిని జేసి రక్షించితివి. నేఁడు మమ్మేల
గావఁజాలవు? నీకిదే జోహారు. (అని చేయును.)

కర్ణాటి — (కరము శిరమునఁ గీలించి) ఓయగ్ని దేవా!

చ. సహగమనంబు సేయుటకు ♦ సాధ్వులకున్ శరణంబు నీవె యా
విహిత నియుక్తకర్మలకుఁ ♦ బెండ్లికి యజ్ఞసమాహితాగ్నికిన్
నిహితుఁడ వీవె నీవఖిల ♦ నేతవు త్రాతవు దేవ! నీమహా
మహిమ మెఱుంగఁగాఁ దరమె ♦ మాదృశపాళికి హవ్యవాహనా.

పాంచా — ఓ రాచకన్యలారా! మన మీయగ్నిని ప్రవేశించుట ఘన
కార్య మని యూహింపకుఁడు.

ఉ. క్షత్రియరాజవీరులు ని ♦ శాత శరానలవర్ష ధారలన్
శాత్రవసైన్యకాననము ♦ నాశ మొనర్చుచు నాహవాగ్నిలో
గాత్రము లూడ్చుటల్ కనులఁ ♦ గాంచియు మానము గాచుకొంటకై
చిత్రమె! యగ్నిఁ గూలి విర ♦ చించెదు సాహస మింటికాంతలై.

లాటి — అక్కలారా! నావిన్నప మొక్కటియున్నది యాలకింపుఁడు.

తే. గీ. పతికి సహధర్మచారిణి ♦ పడఁతి యగుట
కూడిచి యింటఁ గూర్చుండుట ♦ కొఱకొ లేక
కష్టములు పంచుకొనుటకో ♦ కాంతలార!
యగ్నిఁ బడనేల యుద్ధాన ♦ కరుగరాదె.

పాంచా — అవును లెండు. యుద్ధమునకే పోవుదము. అదిగో రణరంగముకేసి చూడుఁడు. (అని వ్రేలితో చూపును.)

కర్ణాటి — అక్కయ్యా! ఆ ధవళోత్తమాశ్వముపై సకలాయుధాలంకారములచే శృంగారింపఁబడి ఆ జరుగు ఘోరయుద్ధరంగంబున విరోధి రాజవీరుల శీర్షంబుల నరఁటిచెట్లనుబోలె ఖండించుచు నెటు చూచినను నాతఁడె యై వైరిభటచమూసమూహముల కలఁగఁ ద్రొక్కుచు పుచ్చలవలె పుచ్చుల నెగురవేయుచున్నాఁడు. ఆహా! ఏమి యాతని దోర్వీర్యము? సోదరీ! ఆతఁ డెవ్వఁడమ్మా! మనపాలిట భాగ్యదేవతయా యేమి?

పాంచా — ఆతండేనా! ఎఱుఁగవా! నందనందనుఁడగు చంద్రగుప్తుఁడు.

మాళవి — ఆతఁ డజ్ఞాతవాసమున నుండెనటఁగదా? ఎట్లు రాఁగలిగెను.

కర్ణాట — పాండుపుత్త్రులు రాలేదా?

పాంచా — అదిగో నందుఁడు చంద్రగుప్తునితోఁ సమయుద్ధమునకు డీకొనుచున్నాఁడు.

మాళ — ఎందఱు డాఁగొనిననేమి?

తే. గీ. వింట బాణంబు సంధించి ♦ విమతరాజ
కంఠములు౦తన మొనరించి ♦ కగుల హారుల
మట్టి మట్టాడుచున్నాఁడు ♦ మౌర్యుఁ డదిగో
యరటిచెట్లను పెకలించు ♦ కరటికరణి.

పాంచా — నందచంద్రగుప్తు లీవంకకే వచ్చుచున్నారు. మన మిచ్చోటు వదలిపోయి యుద్ధసన్నద్ధుల మగుదము రండు.

(అని అందరు నిష్క్రమింతురు.)

(నంద చంద్రగుప్తు లాయుధపాణులై ప్రవేశింతురు.)

చంద్ర — కటకటా! మానధనులైన మానవతులు మానసంరక్షణార్థమై జోహారుగావింప నగ్నిగుండమును రాజవేయుచున్నారు గాబోలును. అయ్యో! అనాథయువతులారా! మీ కెయ్యెడయు శరణంబు గలుఁగలేదా? మీకు రక్షకు లెవ్వరును లేకుండిరా? మీదుఃఖమీభూదేవి విని యూరకుండెనా? ఓయగ్ని దేవా! నీ వెవరిసి కాల్చుటకు సంబరపడుచు నీ శిఖ లాకసంబునకుఁ దూలింపుచున్నాఁడవు. చాలు. శాంతింపుము. వారు వీర పతివ్రతలు. నీవు వారల దహింప నోడుము.

నందు — ఓరీచంద్రగుప్తా! దాసీగర్భసంభవా!

ఉ. ప్రాణముతోడ నిన్నడవి ♦ పాలొనరించితి దిక్కులేని య
జ్ఞానివటంచు నంతకును ♦ సంతస మొందక నేఁడు పోర్కకై
నే నని సిగ్గులేక యెటు ♦ నిల్చితివో కడుఁ జిత్రమయ్యె భూ
జానివి కాఁదలంచితివో ♦ క్షాత్రము వచ్చునె మౌర్యసంతతిన్.

చంద్ర — ఔరా! నీ యవిశ్వాసము నీనోటనే జారుచున్నది.

ఉ. జ్ఞాతివిగావు భ్రాతృఁడవు ♦ సన్నిహితుండవుగావు హీన సం
జాతుఁడ వయ్యు నందకులఁ ♦ జన్ముఁడనంచని వచ్చినంతనే
నీవిదలంచి బ్రోచితిని ♦ నేరక; ద్రోహముఁజేసి నన్ను న
జ్ఞాతముపాలుచేసితివి ♦ సాగి ఖలుండవు క్షత్రియుండవే.

నందు — ఇట్లని నీగురువో మాజీయొక్కఁడో యగు చాణక్యుఁడు మప్పి
ంపెనా యేమి? నేను నందకులసంజాతుఁడనుగానా! అవును

ఉ. తల్లి తలంప; శూద్రసతి ♦ తండ్రి కులీనుఁడు దొంగకాన్పు నా
కల్లకులంబుఁ జెప్పుకొనఁ ♦ గాఁ దలవంపని మిన్నకుంటినో
ఫుల్లసరోజబాంధవని ♦ భుండనో నందకులార్ణవంబునం
దల్లన మాగధీయులు త్వ ♦ దాత్మయుఁ జత్తులు సాక్షు లిమ్మెయిన్.

చంద్ర — వయసున నీవు పెద్దవాఁడవు. మల్లిపువ్వని చెప్పుకొనుచుంటివి
గాని యుల్లివాసన వేయుచున్నప్పుడు నిన్నేల నిందింపరాదు.

ఆ. గీ. స్వచ్ఛమైన భరత ♦ వంశసంజాతుఁడ
వైన క్షత్రియుండ ♦ వైన నీకు
గ్రీసుదొరలకు సహ ♦ వాసమేటికి పెద్ద
పులికి నక్క చెలిమి ♦ గలిగినట్లు.

నందు — ఓరీమూర్ఖా!

ఆ. గి. గ్రీసుదొర లటన్న ♦ కినుకయేటికి నీకు
కన్ను కుట్టెనొక్కొ ♦ కాంచలేవొ
రవిని జూడలేని ♦ భువి దివాంధముపోలె
నొరులఁ జూచి యేడ్వ ♦ కూరకుండు.

చంద్ర — ఓకోరిపాటుఁబోతా! ఏల యిట్టి యసంగతము లాడెదవు?

చ. దొరలఁ దిరస్కరించి కడు ♦ ద్రోహము నే నొడిగట్టరాను సో
దరులు స్వదేశరాజుల వి ♦ ధంబున నెంచెదఁగాని నీవలెన్
దురితమనంబుతో దొరల ♦ తొయ్యలిపై కనువేసి కామినై
భరత రమాపహర్త నయి ♦ భ్రాతృధనంబును దోఁచుకొంటినే.

నందు — ఈ తిరస్కారగర్భితమైన నర్మవాక్యము లీపాటికిఁ గట్టిపెట్టి నీతుల గాచికొమ్ము. నే నాచరించునది నవీనముగాదు. నావలె ననేకు లీధరావలయంబున నిట్టిదిగ్విజయంబునకై బయలుదేరి దిగంతవిశ్రాంతకీర్తిం బడసి యున్నారు గావున,

చ. అవనియు రాజ్యమున్ బడయఁ ♦ గా మదిఁగోర్కె జనించెనేనియున్
బ్రవిమలమాతృభూమి యని ♦ భ్రాతలు భూపతులంచు నెంతురే
సవనములంచు దిగ్విజయ ♦ సాధనముల్ పొనరింపలేదొకో
యువిదలకై ధరారమణు ♦ లోలిని బోరరొ కొంద ఱుర్వరన్.

చంద్ర — అన్నా! ఆమార్గమునైన నను వర్తించితివా!

ఆ. గీ. అశ్వమేధమునకు ♦ నాశింపవైతివి
చెలి స్వయంవరంబు ♦ దలఁపవైతివి
వింక దిగ్జయాన ♦ కీవొక్కఁడవు రాక
తోడు దొరలఁ దెచ్చి ♦ నాఁడ వేమి?

నందు — నీ వేమనుకొనినను మా కెగ్గులేదు.

చంద్ర — ఎగ్గుసిగ్గు లూహించెడువారు వేరు.

నందు — (కత్తి సవరించి) ఈ బరిహాసములు కట్టిపెట్టి పోరికి సన్నద్ధుఁడవు కమ్ము.

చంద్ర — నీగర్వభంగ మీరణరంగముననే కాఁగలదు. ఒకింత యోపిక పట్టుము.

నంద — ఏమీ గర్వభంగమా!

శా. ఫాలాక్షుం డిపు డెత్తివచ్చినను ది ♦ క్పాలావనీపాలురీ
వేళన్ దాఁకిన ద్వాదశార్కు లొకటై ♦ విచ్చేసి యుద్ధావనిన్
బాళిన్ నిల్చిన వారిగర్వము త్రుటిన్ ♦ భంగంబు గావింతు నా
ప్రోలన్ లెక్కయె నీవు? గవ్వబో! తృణం ♦ బో! కావా! పో దుర్మతీ.

చంద్ర — ఈప్రగల్భము లింక ముగించి నీయందుఁ జేవ గలదేని నాతో సరిగాఁ బోట్లాడుము. లేదా మాంపాహి యనుము.

నందు — అరే! దుర్మతీ! యేమని వాగితివి. (అని కాలు విసరును.)

చంద్ర — ఓరీ! నీచుఁడా! కాలు విసరుట సులభము గాని, కేల నున్న కరవాలము విసరుట నీచేతఁ గాదు. (అని కత్తి సవరించును.)

నందు — సరే! చూచెదవుగాని రమ్ము. (అని యిరువురు యుద్ధ ముపక్రమింతురు.)

నందు — నాకాయము నిండ గాయములు తగిలినవి. నాకిప్పుడు మూర్ఛ వచ్చుచున్నది. ఓ సెల్యూకసుప్రభో! హాతోస్మి! హాతోస్మి! (అని మూర్ఛిల్లును.)

చంద్ర — ఓరీ! మూర్ఖుఁడా! విషయలంపటుఁడవై అంత్యకాలమున సెల్యూకసును బ్రార్థించితివిగాని భగవంతునిఁ బ్రార్థింప లేకుంటివిగదా!

సెల్యూకసు — (సైన్యమేతముగాఁ బ్రవేశించి) మిత్రుఁడా! భయము వలదు. భయము వలదు. నే నిదే వచ్చుచున్నాఁడను.

చంద్ర — వచ్చి చచ్చినవానిని బ్రతికించెదవా యేమి?

సెల్యూ — ఓసైనికులారా! వీనిని ముట్టడించి పట్టుకొనుఁడు.

చంద్ర — వీరా నన్నుఁ బట్టుకొనువారు!

సైనికులు — దేవా! క్షణములోఁ బట్టుకొనుచున్నారము.

సెల్యూ — ఆతఁ డట్లు దొరకువాఁడు గాఁడు (అపవారించి) పాశము లచే నురివన్ని తగుల్కొనునట్లు చేసినఁగాని యీవీరకుంజరము స్వాధీనము గాదు.

చంద్ర — (స్వగతము) వీ రేదో కపటోపాయమున నన్ను నిర్జింప నుంకించుచున్నారు.

సెల్యూ — ఓ నందమహారాజా! నీ కెంత యాపద తటస్థించినది. (పన్నీరుచల్లి) ఇంక మూర్ఛనుండి లెమ్ము.

శ్రుతశ్రవుఁడు — (ప్రవేశించి) ఓమిత్రమా! నీవేనా యిట్లు పడియున్న వాఁడవు? అయ్యయ్యో! నాదుఃఖము నెట్లాఁపుకొనఁగలను. (అని చుట్టుకొని)

తే. గీ. రణవసుంధర వీడి వా • రణము వీడి
తోడివారల దిగనాడి • తొంగినావె?
మార్యుచేఁ జిక్కి మిత్రుఁడా! • మాయదారి
పోరు మన కేల వచ్చెనో • పొగులుకొంటకు.

సెల్యూ — ఓ సేనానాయకులారా! పట్టుకొనుఁడు! పట్టుకొనుఁడు!

చంద్ర — నన్నా! పడియున్న నందునా?

సైని — (ఉరిత్రాళ్ళచేఁ జంద్రగుప్తుని బిగించి పట్టుకొనుచున్నారు.)

చంద్ర — ఓరీమాయలమారులారా! తుద కురిత్రాళ్ళలోఁ జిక్కించితిరి గాదే!

శా. శూరత్వంబును బాహువీర్య మనిలోఁ ♦ జూపింపఁగా నోడి య
న్నీరీతిన్ మటుమాయచే నురులతో ♦ నెగ్గేది కట్టించి తౌ
రౌరా! పౌరుషహీన! యేటి కల శ ♦ స్త్రాస్త్రంబులన్ మోసెదో?
చోరుల్ పూనెడుకన్నకత్తులవలెన్ ♦ జూపింపఁగా దుర్మతీ!

సెల్యూ — అదిగో! నందనందనుఁడు మూర్ఛనుండి తేఱుచున్నట్టు
లున్నది.

నందు — (లేచి కూర్చుండును.) మిత్రుఁడా! శ్రుతశ్రవా! వచ్చితివా?

శ్రుత — చెలికాఁడా! లేచితివా?

తే. గీ. కలువ వసివాడి చంద్రుని ♦ కాంతిచేత
వికసితం బయ్యు వెన్నెల ♦ వెలుఁగుకొఱకు
వెదకెడుచకోరకఁబును ♦ బిలుచునట్లు
నీవు తేఱి నన్ స్మరియించి ♦ నావు సఖుఁడ.

సెల్యూ — ఓ సైనికులారా! ఈ చంద్రగుప్తునిఁ గారాగృహమునం
దుంచుఁడు. (అట్లు చేయఁబోవుచున్నారు) ఇంక నీహస్తినా
పురము స్వాధీనపఱుచుకొనవచ్చును. మనతో నెదిరి పోరు సింహ
ములందుఁ దగుల్కొనెనుగదా?

చంద్ర — అ శ్లైన్నుఁడును సంతసింపకుము.

తే. గీ. సింహ ములందుఁ జిక్కినఁ ♦ జిట్టెమెలుక
లేదె విడిపింప! రాదె యా ♦ మీఁద వైరి
కుంభికుంభంబులను జీల్చి ♦ కూలఁద్రోయ
కుండ విడుచునె జీవించి ♦ యుండునేని.

సైనికులు — ఓ వెఱ్ఱిచంద్రగుప్తుఁడా! మేము ప్రమత్తులమై యుండి
నప్పుడుగదా! యీ మాట యనవలసినది. యమభటులచేతుల

లోనివారైన విడిపోవుదు రేమోగాని మాచేతులఁ జిక్కినవారు మఱి ప్రాణముతో వదలిపోలే రనుకొనుము.

(అని కొందఱు చంద్రగుప్తునితో నిష్క్రమింతురు.)

సెల్యూ — సేవకులారా! నందమహారాజును బందిలముగా గుడారము నకుఁ దోడ్కొనిపొండు.

శ్రుత — నేనును కేలూఁత యొసంగి వెన్నంటి పోయెదను.

(తెరలో)

మ. రణరంగంబును డించిపాఱకుఁడహో! ♦ ప్రాణేంద్రియభ్రాంతి మా
ర్గణముల్ పూనిరి వీరులుంబలెను మీ ♦ కంటెన్ సమర్థుల్ వధూ
మణు లున్నారము చేవ యున్న యెడలన్ ♦ మాతోడఁ బోరాడుఁడీ
క్షణకాలం బట నిల్చి లేనియెడ మీ ♦ శస్త్రంబులన్ వీడుఁడీ.

సెల్యూ — ఓహో! వాఱల నెవరో మనపై నెత్తివచ్చుచున్నారు. వేగిరము నందునిఁ దోడ్కొనిపొండు. సైన్యాధిపతు లందఱు శతఘ్నికా నిచయంబులను సంసిద్ధము చేసికొని పోరికై వేచి యుండుఁడు.

(మాళవి, పాంచాలి, లాటి, కర్ణాటీత్యాది కాంతామణు లాయుధపాణులై సైన్యములతోఁ బైపద్యమును జదువుచుఁ బ్రవేశింతురు.)

సెల్యూ — ఓహో! నారీమణులు గూడఁ బోరాడుటకుఁ గాలూఁది యున్నారు. ఇంక మనకు జయ మసంభవము.

నందుఁడు — ఏమీ! జయ మసంభవమా! ఈకాంతలు కదనమునకు వచ్చినారా? లేక మదనకదనమునకు వచ్చిరా? వీరలఁ జూడ నాకు నవశక్తి యుదయించుచున్నది. ఇది నాకు నిశ్చయముగ స్వయంవరమువలెఁ దోఁచుచున్నది. స్వయంవరమునకుఁ జాల

మంది రాజులును నొక్క కన్యాతిలకంబుమాత్రమే యుందురు. ఇప్పుడో బహుకన్యలొక పురుషరత్నంబునకై వచ్చియుండిరి. అనఁగా నాకొఱకు. (సంతోషముతో)

శా. నానాదేశనివాసభూరమణ క ♦ న్యారత్నముల్ కోరి న
న్నానందింపఁగఁ జేయ వచ్చిరి మదీ ♦ యానూనకోదండ వి
జ్ఞానంబున్ రిపురాజకంఠవిదళత్ ♦ ఖడ్గప్రయోగంబునున్
వేనోళ్ళన్ నుతిసేయుచున్ వలచుచున్ ♦ విచ్చేసి రొక్కుమ్మడిన్.

(అని చంకలు కొట్టుకొని లేచి నిలువంబడును.)

సెల్యూ — (స్వగతము) ఈమానవశేషులఁ జూచి వీఁడెంత యుప్పొంగుచున్నాఁడు! (ప్రకాశము) నందరాజా! ఈ సుందరీమణులు యుద్ధమునకు వచ్చిరిగాని వలచుటకుఁ గాదు.

నందు — నన్నుఁ గాకున్న మృత్యువును వలతురా?

సెల్యూ — సరే! వీరల సాహసమునకు సంతసింపవలసియున్నది.

నందు — (అపవారించి) ఈమందయానల నొకింత మందలించి చూచెదనుగాక. (ప్రకాశము) ఓకాంతలారా!

ఉ. సుందరమందిరంబులను ♦ సొంపులు నింపుచుఁ దేనెసోనలం
దందునఁ జిల్కుపల్కుల న ♦ హర్నిశమున్ నిజవల్లభాళి హృ
త్కందళనం బొనర్చు నృప ♦ కాంతలు భీరులు మీర లేడ న
స్పంద శతఘ్నికాది శర ♦ జాలము లోర్చుట యేడఁ బొండిఁకన్.

మాళవి — ఏది మఱియొకసారి పల్కుము?

నందు — ఒకసారియే గాదు పదిసార్లు వినవచ్చును.

చ. వనితలు మీరు; వల్లభుల ♦ పై ననుమానము పూని యింటిలోఁ
బ్రణయవిరోధముల్ పఱుప ♦ వచ్చుట గా దిది యుద్ధభూమి; మా·

ర్గణములు గాని సారసశ ♦ రంబులు గావివి ; కాముకేళి యం
చనుకొనిరేమొ కాదిది ర ♦ ణార్ణవకేళి ; స్రవించు రక్తముల్.

కర్ణాటి — అయుక్తాలాపము లాడకుము.

చ. వనితలొ వీరమాతలొ కృ ♦ పాణము పూని రణంబు సల్ప వ
చ్చిన మము నిందఁజేసెదవు ♦ ఛీ! కులహీన! రణంబువీడి వె
న్గనఁబడఁ బాఱిపోయెదు మృ ♦ గంబవు నీ వొకపూరుషుండవే
వనితలతోడనైన నెన ♦ వచ్చినఁ గీర్తియె నీదుజన్మకున్.

నందు — ఏమేమి! నీకన్నులకు మేమట్లు దోఁచుచుంటిమిగా!

పాంచా — మేము నీతో సంవాదమునకు రాలేదు. సంగ్రామమునకు ఎచ్చితిమి. చాలితివేని నిలిచి పోరుము. లేదా "మాంపాహి" యనుము.

మాళ — ఓరీ! నందా! భారతపుత్రుఁడ వయ్యు నెంతపనికిమాలిన వాఁడ వైతివిరా? చాలు నీసాహసము.

లాటి — వీఁడేనా? నందుఁడు; మందుఁడు.

కర్ణా — అవును. అనామకతరువు. బొగ్గులకై చెట్టును, పాలకై పొదుగును కోయువాఁడు. మఱియెవరనుకొంటివి?

నందు — ఇచ్చట మీ రమణీస్వభావకటాక్షంబులు కృపాణంబులు గాఁజాలవు. ఇంక నొయ్యారములును, విలాసంబులును వీడి వీటికి ద్రోవదీయుఁడు.

పాంచా — ఎవరు తీసెదరో చూచెదవుగాని —

మ. సమరప్రాంగణభూమి భోరనఁగమా ♦ చంచత్కటాక్షంబులో
విమతారణ్యదవాగ్నికీలలగు మా ♦ విద్యుత్కృపాణంబులో

సమయించున్ వడి నీబలం బవుడె మా ♦ శౌర్యంబొ ; రూపించు మా
రమణీత్వంబొ, యెఱుంగవచ్చుఁ దులువా ♦ రంతుల్ విసర్జించుమా.

నందు — అబలలతో యుద్ధ మొనరించుట నీచమని గాని లేనిచో
మి మ్మిప్పు డీభూమికి బలి యియ్యకుందునా ? పొండు. పొండు.

పాంచా — శూరుఁడవు కావేని నీవుపొమ్ము.

నందు — యుద్ధమే కర్తవ్యమైనచో రండు చూ చెదను. (అని కత్తితీసి
కలయఁబడును.)

పాంచా — ఇదిగో సిద్ధముగ నున్నారము. (అని కత్తిదూసి పోరికి
డీకొనును.)

(అప్పుడు ఫిరంగులు ప్రేలును. తెరలోఁ గొంతరంగములో
ఘోరముగా యుద్ధముజరుగును.)

(తెరలో)

ఉ. సంగర మాపి నిల్వుఁడిక ♦ సారసబాంధవుఁ డల్లవారుణీ
సంగమకాంక్షఁ బోయె ; మన ♦ సైన్యసరోజకులంబు వాఁడె ; నో
యంగనలార! యోట మెదు ♦ రయ్యె ; ననంగత మేమొగెల్పు; యా
గంగకుఁబోయి గాచికొనఁ ♦ గావలె రండు మరల్పుఁ డుల్లముల్.

పాంచాలి — ఏమీయానాదము ? అశరీరవాణిదియా యేమి ? (అని
పై పద్యముచదివి) ఓసోదరీమతల్లులారా ! ఈవాక్యములు భగ
వద్వాక్యములుగాఁజాటించి కాశికాపురమునైనఁ గాచికొనుటకై
గంగానదీతటంబునకుఁ బోయి సమర మొనరింతము రండు.

(అని యందఱు నిష్క్రమింతురు.)

ఇది చతుర్థాంకము.

పంచమాంకము

రంగము — కారాగృహము. తత్ప్రాంతోద్యానము

(చంద్రగుప్తుఁడు ఖిన్నవదనుఁడై ప్రవేశించి యుండును.)

చంద్ర — కాలమా! అన్నిటికి నీవే మూలకారణమవు సుమా?

చ. పుడమియు రాజ్యమున్ దొలఁగి ♦ పోవఁగ నొంటిగఁ గొన్నినాళులా
యడవుల నంగలార్చి యశ ♦ నాంబులకై నగఁగూరి యెట్టులో
గడపక కాల మీఁగతి న ♦ కారణమైత్రిని మాతృభూమిపై
విడువఁగలేక పట్టువడి ♦ వీఁజెడినైతిని గారఁ జిక్కితిన్.

విధివిధాన మట్లున్నది కాఁబోలును.

ఉ. ఎవ్వఁడు దీనబాంధవుఁ డ ♦ హీన మహామహిమానుషంగుఁడై
దవ్వులనుండువాఁ డెవని ♦ దారి సదా మును లేఁగుచుందురో
ఎవ్వఁడు తోఁచి తోఁచనటు ♦ లేర్పడు; నట్టిపరాత్పరుండు నన్
జివ్వున బంధముక్తునిగఁ ♦ జేయఁడె మ్రొక్కిన మిన్నకుండునే.

శోణోత్తర — (ప్రవేశించి నేపథ్యమున) భర్తృదారకా! నాఁడు మాతండ్రియగు సెల్యూకసుతోఁ జేమంటివి?

"తే. గీ. సింహ మురులందుఁ జిక్కినఁ ♦ జిట్టియెలుక
లేదె? విడిపింపరాదె యా ♦ మీఁద వైరి
కుంభికుంభంబులను జీల్చి ♦ కూలఁ ద్రోయ
కుండ విడుచునె? జీవించి ♦ యుండునేని"

నీప్రియురాలగు నీ శోణోత్తర యున్నదని యెఱింగియుండియు సంశయించెద వేటికి?

చంద్ర — నేనన్నిటికిఁ గొఱమాలినవాఁడనై యుంటినిగదా?

గీ. సవనతంత్రములకు ♦ సామగానములకు,
క్షేత్రములకు, యోగి ♦ పాత్రములకు
నేది పుట్టినిల్లొ ♦ యా దేశ మొకనీచ
ప్రభుని కబ్బె పొగుల ♦ వలసె నకట!

శోణో — అట్లొక్కనాఁటికిని కానేర దనుకొనుము.

చంద్ర — ఎంత కీడు మూఁడనై యున్నది!

సీ. నిత్యాగ్నిహోత్రముల్ ♦ నిగమాగమాభ్యాస
నవనంబు లికమీఁద ♦ సాగిరావు
సన్మాననీమాన ♦ సంప్రదాయాద్యభి
మానంబు లికమీఁద ♦ మాసిపోవు
స్వైరసదాచార ♦ పౌరుషవ్యాపార
సంగతు లికమీఁద ♦ సమసిపోవు
భారతరాజ్య సౌ ♦ భాగ్యభానుఁడు పశ్చి
మార్ణవంబునఁ బడి ♦ యస్తమించు
గీ. భాష నశియించు; నుపనిష ♦ ద్భాష్యచయము
రూపుమాయును; వేఱొక్క ♦ రూపు వచ్చుఁ
గాఁపురము సేయఁ గష్టంబు ♦ కాపులకును
భూపతులు లేని రాజ్యమై ♦ పోవుఁ దుదకు.

శోణో — (చంద్రగుప్తునియెదుటికి వచ్చి నమస్కరించినట్లు సంజ్ఞచేసి)
ఆర్యా! అట్లేల యోచించెదవు?

తే. గీ. మతముపోదు; నీప్రజకు దు ♦ ర్గతులు రావు
రాజ్యలక్ష్మి నీచే నల ♦ రారుచుండు

కారఁ జిక్కితి నని మదిఁ ♦ గలఁగఁబోకు
త్వద్వధూమణి గృహముగాఁ ♦ దలఁచికొనుము.

చంద్ర — నాకు వధూటియే లేదు. గృహ మెట్లు వచ్చును?

శోణో — బాగుగ స్ఫురణకుఁ దెచ్చికొనుము. నీకు వధూటి లేదా! లేదా!

చంద్ర — నిజముగా లేదు.

శోణో — ఉన్నది సుమా?

చంద్ర — ఎవరు?

శోణో — ఎవరిని జూచుచున్నావు?

చంద్ర — నాకన్నులను నేను నమ్మలేకున్నాను.

శోణో — నీవు కృతజ్ఞుఁడవేనా?

చంద్ర — కృతఘ్నుఁడ నని యెవ రందురు?

శోణో — నీయంతరాత్మ యొప్పుకొనినచో నప్పుడేమి చేసెదవు?

చంద్ర — పశ్చాత్తాపపడియెదఁ గాఁబోలును.

శోణో — సరే.

సీ. ఏకన్య నీకయి ♦ యేకాల మొకరీతిఁ
గన్నీళ్ళు కార్చుచుఁ ♦ గడపు నొక్కొ
యేనారి నీకయి ♦ ప్రాణంబు లర్పించి
నిండుప్రేమను జూచు ♦ చుండెనొక్కొ
ఏలేమ నీతోడి ♦ దే లోక మని పాట
పాడుచు శోకంబు ♦ వీడెనొక్కొ
ఏకాంత నీకయి ♦ భూకాంతుఁడగు తండ్రి
నెయ్యంబు చెల్లింప ♦ దయ్యెనొక్కొ

గీ. అట్టి కన్యక నీచర ♦ ణాబ్జములకు
నొరగి జోహారుచేయుచు ♦ నున్న దిపుడు
గైకొనుము నాథ! నీదాసి ♦ గాఁగ దీని
పేరు శోణోత్తరాదేవి ♦ విమలచరిత.

చంద్ర — నీవేనా శోణోత్తరవు? దేవీ! నే నన్నిఁటికిని గొఱమాలిన వాఁడనై నీతండ్రిచెఱసాలలలోఁ బడియున్నాఁడనుగదా! ఇంక నాయందుఁ బ్రేమ మెందులకు? తెగఁ ద్రెంచుకొనుము.

సీ. నగ లమ్మి మెడ నున్న ♦ నాణెమ్ము లమ్మి స
మర్పించి తెవ్వాని ♦ మైత్రికొఱకు
చిన్న నాఁటనుగోలెఁ ♦ జేర్చికొన్న ధనంబు
లిచ్చి తెవ్వాని నాత్మ ♦ మెచ్చికొనుచు
నడవుల నున్న నా ♦ కతఁడె వల్లభుఁ డని
ప్రేమించి తెవ్వానిఁ ♦ బ్రీతికొఱకు
భరతరాజ్యము నందు ♦ పాలను బడు నని
శోకించి తెవ్వాని ♦ శుభముకొఱకు
గీ. అట్టి నీచెలి చెఱసాలఁ ♦ బట్టువడియె
నురులఁ జిక్కిన గజరాజు ♦ కరణి, తరుణి!
నీఋణము దీర్చుకొనలేక ♦ నింద తల ధ
రించి శోకించు చుంటిని ♦ రేపవళ్ళు.

శోణో — గీ. నేనె దుఃఖిత నని ♦ లో నెంచుకొనుచుండ
నీవు వగవఁ గంటి ♦ నిపుడు సఖుఁడ
విధునికొఱకుఁ గలువ ♦ విలపింపఁ గలువకై
తేఁటి వగవఁ గాంచు ♦ తీరు దోఁప.

వసంతిక — (ప్రవేశించి) చెలీ ! శోణోత్తరా ! ఏమి చేయుచుంటివి ?

శోణో — వసంతికా ! వార్తలేమి ?

వసం — ఏమివార్తలు వినఁగలవు ? చంద్రగుప్తుఁడు కారాగృహనిబద్ధుఁడైయుండ మిగిలినరాజలోకముయొక్కగతి యింక వేఱగసూచింప వలయునా ? రణభూమికి ఘోరున బలియివ్వఁబడుచున్నారు.

చంద్ర — అన్నన్నా ! పాపపుదైవమా ? ఎంతసంతాపము పుట్టించుచుంటివి ?

> గీ. చెఱ వసించినట్టి ♦ జీవన్మృతుండ నే
> నైతి దేశభక్తి ♦ యాచరించి
> మీరు రణ మొనర్చి ♦ మృతజీవులైతిరి
> మిత్రులార ! విజిత ♦ శత్రులార !

శోణో — చెలీ ! మనవలన రహస్యముగాఁ జేర్చఁబడిన యేఁబదివేల సైన్యమును సాయుధాలంకారముగ రమ్మని చెప్పుము.

వసం — అట్లనే పంపెదను. (అని నిష్క్రమించును.)

సైనికులు — (ప్రవేశింతురు) దేవీ ! శోణోత్తరా ! నీ పదాంకములకు మే మందఱము వందనము లొనరించుచున్నారము.

శోణో — సైనికులారా ! జయమగునుగాక.

సైని — మా కేమ్యాది సెలవు రాజ్ఞీ ?

శోణో — ఈచెఱసాలబ్రద్దలుగొట్టి యందున్న వీరపురుషుని విడిపింపుఁడు.

సైని — (అట్లు చేయుదురు.)

శోణో — (స్వగతము) మాతండ్రి యుద్ధరంగమున గంగానదీతటంబున నున్నవాఁడు. వాని కీసంగతి యెఱింగింపకుండ నేర్పుఱచెదఁ గాక

(ప్రవేశించి) దేవా! ఈసైన్యమంతయు నీదాసిచే నమకూర్పఁ బడినది. వీరలను గైకొని విజయమును గాంచుము. నే నిదే పోయి యొక సేనానాయకుని దంపెదను. కావున సెల వొసంగుము. (రెండడుగులు నడచి తనలో) నేనే సేనానాయకుని వేషముతో నీ నాప్రియునికిఁ జేదోడుగా నుండెదనుగాక. (అని నిష్క్రమించును.)

చంద్ర — బంధవిముక్తి యైనది. కాని.

తే. గీ. ఆయుధము లేదు నాకు వా ♦ హనము లేదు
నమరమున కేఁగి యే నేమి ♦ సలుపువాఁడ

శోణో — (సేనానాయకుని వేషముతోఁ బ్రవేశించి)
ఇదిగొ గైకొనుమా దేవ ♦ యిది శరాస
నంబు చంద్రహాసము స్యంద ♦ నంబు నివిగొ.

(అని యిచ్చును)

ఉ. వైరము పూని యేఖలుఁడు ♦ భారతపుణ్యధరాధినాథులన్
ఘోరరణంబులోఁ దునుమఁ ♦ గోరునొ యాఖలుఁ డొక్కవ్రేటునన్
భోరున నేలఁ గూలుత న ♦ భోమణిసాక్షిగ! పాపు లెప్పుడున్
భూరి జయాంక మేగతిని ♦ బొందగఁబోరు దలంపఁ బార్థివా!

(అని యిచ్చును.)

చంద్ర — (పరిగ్రహించి) ఆర్యా! నీవెవ్వఁడవు?

శోణో — ఇంతటినుండి నీచెలి ననుకొనుము.

చంద్ర — సందియ మేమి? నా చెలిచే నంపఁబడిన నీవు తప్పక చెలి కాఁడవే.

శోణో — ఇంక జాగుసేయఁదగదు. వారణాసియం దిప్పుడు రణ మారంభమైనది. రమ్ము పోవుదము.

(అని యందఱు, నిష్క్రమింతురు.)

ఇది విష్కంభము

రంగము — గంగానదీతటాంచల యుద్ధభూమి.

(శతఘ్నికాది సకలాయుధసహితులై హైందవరాజులు కొందఱు యుద్ధసన్నద్ధులై యుందురు.)

మాళవాధీశుఁడు — ఓ భ్రాతలారా! వింటిరా! మన కెట్టి దుస్థితి చేకూరినదో! యెన్ని యుద్ధములం దోడినను గెలిచినను లెక్క లేక పోయినది గాని నేఁటిది కడసారి దండయాత్ర. ఇంతటితో మన హైందవరాజ్యము వినాశనము కానున్నది.

నేపాళనృపుఁడు — నాఁడా మానవతులు చితింబడి యుద్ధ మొనరింపనిచో మన దేశ మప్పుడే పోయియుండును.

కర్ణాటాధిపతి — దుఃఖము, దుఃఖము.

ఉ. ఆర్యులచే గడింపఁబడి • యార్యవధూటిసతీత్వవృష్టిచే
శౌర్యము గల్గు పుత్రులను • సస్యములున్ ఫలియింపఁ గీర్తి గాం
భీర్యముగన్న దేశ మొక • భీరునిచేఁ బడ నున్న దింక దు
ర్వార్యము తొంటివైభవము • వచ్చుట రాజకులంబునం దిలన్.

లాటనృపతి — మనచే మోయఁబడు నీయాయుధంబులు బరువులచేటు నకే గాని యీఫిరంగులముందట నెందు కక్కఱకు వచ్చును.

చ. పుడమిఁ బరాక్రమంబునకుఁ ♦ బుట్టినయిల్లట బాణతూణముల్
తొడిగిన క్షాత్రవంతులఁట ♦ దోర్బలవైరమదేభపంక్తిఁ జె
న్నడుగుల మట్టివైతురఁట ♦ యా నరవీరనృపాలపుత్రకుల్
కడ కొకనందరాజునకుఁ ♦ గప్పము గట్టఁగ నయ్యె నక్కటా!

వరాటనాథుఁడు — ఏరాజు లోరులచేఁ గప్పము గొంటిరో వారలిప్పు డొకనికిఁ జెల్లింపనున్నారు. ఇంక దేశముయొక్కగతి చెప్పనేల?

సీ. విద్య లన్నియుఁ జాల ♦ విలయంబు నొందును
మితిలేనిసుంకంబు ♦ లతకఁబడును
వనితలమానంబు ♦ లనుమానములఁ జిక్కు
ధనసమార్జనము ప్ర ♦ ధాన మగును
అల్పుల కధికార ♦ మలవడి యుండును
పరువు మర్యాదలు ♦ పనికిరావు
మాలమాదిగలెల్ల ♦ మహనీయు లగుదురు
వర్ణసంకరవృత్తి ♦ ప్రబలియుండు

గీ. క్షామ మంకురించుఁ ♦ గాలంబు మాఱును
వాన కురియ దింక ♦ బలము లుడుగుఁ
జెడుగు లన్ని మూఁడుఁ ♦ జివరకుఁ గలిరాజు
నాల్గుపాదములను ♦ నాట్యమాడు.

కళింగభూపాలుఁడు — రాజ్యవినాశకము లగు పాపకార్యములు మన దేశమున నుంచుటచేతనే యీ దుర్భరవిషాదమున కిన్నాళ్ళకు మనము పాల్పడవలసివచ్చినది. ఇది దైవలబ్ధమైన పోరు గాని మఱియొకటి గాదు.

చోళరాజు — అదియేమి?

కళింగభూపాలుఁడు —

సీ. యజ్ఞంబులకు గోవు ♦ లన్యాయముగఁ జంపఁ
బడినపాపము కట్టి ♦ కుడుపదొక్కొ
సహగమనం బని ♦ సతుల నగ్ని నిఁగూల్చి
తలఁచిన పాపంబు ♦ తగులదొక్కొ
అతిబాల్యమునఁ బెండ్లి ♦ యాచరించియు శుల్క
ములు గొన్న దోషంబు ♦ పొరయదొక్కొ
పురదేవతలపేర ♦ నరబలు లిచ్చిన
ఘోరపాతక వృష్టి ♦ కురియదొక్కొ
గీ. పరసతీసంగమాసవ ♦ పానమతులు
చెలఁగి ప్రజకొనర్చిన హింస ♦ చెఱుపవొక్కొ
యగ్ని లేక కఱ్ఱలు కాల ♦ వనినయట్లు
పాపములు సేయకే రాజ్య ♦ పదవి పోదు.

చోళ — ఓతండ్రీ! చంద్రగుప్తా! నీవు చెఱలోఁ జిక్కకయున్న మా
కీ దుఃఖములు లేకుండునుగదా!

చ. ఎవనిని నమ్మి యీరణము ♦ లీగతిఁ జేయఁ దలఁచినామొ యా
ననుకుమారసుందరుఁడు ♦ నందకుమారుఁడు కారఁ జిక్కె నీ
యువతియు రాజ్యలక్ష్మి మకు ♦ టాభరణధ్వజ మాతపత్రమున్
ఎవని వరించునో భగవ ♦ దిచ్ఛగదా? గెలుపోటముల్ భువిన్.

మాళ — భ్రాతలారా! అదిగో! ఆవంకను జూడుఁడు. (అని వ్రేలితోఁ జూపుచు) ఫిరంగుల సైన్యము వెంటఁగొని నందుఁడు సేనానియై రయంబునఁ జనుదెంచుచున్న వాఁడు వాఁడుగో!

కర్ణా — అవును. మనమును యుద్ధసన్నద్ధులమై యుండవలయును.

కళిం — (ఎలుఁగెత్తి) ఓ సైన్యములారా? యుద్ధ మారంభము కానున్నది. విరోధిరాజసైన్యములు మనలను నల్లమబ్బులవలె జుట్టుకొనుచున్నవి. ధైర్యమును జిక్కఁబట్టుఁడు. ఇదియే కడసారి దండయాత్ర. దేశమును రక్షించుకొందురో లేక పోఁగొట్టుకొందురో! ఆబరువు మీయందున్నది. మీకు సర్వదా బానిసవృత్తియే సేయఁ దలంపున్నచో నాయుధములు పాఱవైచి ఆగ్రీసురాజుపాదపద్మములకు నమస్కారము గావింపుఁడు. లేదా ప్రాణముల కాసింపక యుభయలోకములు కీర్తితో నింపుఁడు.

కర్ణా — అదిగాక.

చ. సమరము వీడి పాఱకుఁడు ♦ సైనికులార! జయంబు గల్గినన్
ప్రమదయశంబు వైభవము ♦ వచ్చును, జచ్చిన సూర్యదేవు గ
ర్భము నొగిఁ జొచ్చి యాతెరువు ♦ గా దివి కేఁగి సురాంగనా విలా
సములను గాంచుచున్ సుఖము ♦ చాలఁగఁ బొందఁగవచ్చు స్వేచ్ఛమై.

(సైనికులు తెరలో)

ఉ. ప్రాణము పోవుఁగాక రిపు ♦ పార్థులగుండెలు వ్రయ్య సేసి మా
బాణములన్ ద్రిలోక విభ ♦ వంబుల నింతుము వెన్నుఁ జూపి మా
మేనుల కాసజేసి రణ ♦ మేదిని వీడ్వడి పోయి మా సరో
జాననలున్ హసింపఁగ గృ ♦ హంబుల గాజులు వెట్టుకుందుమే.

లాట — ఓనృపవరులారా! చూడుఁడు! చూడుఁడు! మనచంద్రగుప్తుఁడు పూర్ణిమాచంద్రునివలె నరుగుదెంచుచున్నాఁడు. అదిగో! నందునిసిగ పట్టుకొని రణవసుంధర ధూళిరేగ నీడ్చుచున్నవాఁడు.

కళింగ — అవు నౌను! మన మందఱము మౌర్యుని సహాయార్థము పోవుదము రండు. మన కింక జయలక్ష్మి ప్రాప్తించు నట్లున్నది.

వరా — వానివెంట నొక సర్వాంగసుందరుం డైన దళవాయి యున్నవాఁడు. వా డెవఁడై యుండును? వాని సైన్యమంతయు నవీనముగానే యున్నది. అది దైవప్రసాదితబలము గాదుగదా? ఏదైన నేమి? మాతృభూమికి మేలు చేకూరినఁజాలును.

మాళ — తథాస్తు.

వరా — ఇంక నేల జాలము చేసెదరు? కరవాలములు దూసి రణరంగమునఁ జొచ్చుదమురండు.

మాళ — అక్కడకుఁ బోనక్కఱలేదు. ఈ పర్వతదరీతటంబున నేవో శతఘ్నికానిచయ నినాదంబులు వినవచ్చుచున్నవి!

వరా — వినవచ్చుటయేగాదు. అదిగో మనపై ఫిరంగిగుండ్లు ధారాళముగాఁ గురియుచున్నవి. ఇంకేది తెరువు.

కర్ణాట— తే.గీ. బాణమో లేక ఖడ్గమో ♦ పట్టి యుద్ధ
భూమి నిల్వలే రెదురుగాఁ ♦ బోరరారు
రాక్షసులరీతి మాయ ఫి ♦ రంగిగుండ్లఁ
గురియుచున్నారు పక్షులఁ ♦ గూల్చునట్లు.

(గుండుదెబ్బలు తగులుచున్నవి.) హరహరా! ప్రాణములు పోవుచున్నవి. ఈగంగలోఁ బడిన నొకింత పుణ్యము చేకురునందురుగదా! (అని దూఁకును.)

మాళవుఁడు — అక్కటా! ఇది యొకరి నొకరు విచారించుకొనవలసిన యవస్థ గాదు. ఈ కొండచరియనుండి భయంకరము లగు ఫిరంగులగుండ్లు వడగండ్లవలెఁ గురియుచున్నవి. ఇంక మన బ్రతుకు తెరువు లేదు.

(ఫిరంగులధ్వనులు వేనవేలు వినవచ్చును.)

వరాటుఁడు — ఓక్షత్రియులారా! ఈగంగానదిలోఁ బ్రవేశింతము రండు.
ఇంక మనకు సంగరము చేయు యోగ్యత లేదు.

అందఱు — అట్లే కానిండు.

వరా — ఓగంగాభవాని! మమ్ము నీకడుపులో దాఁచికొనుము తల్లీ!
(అని చేతులు జోడించి)

మ. సరసీజాక్షునిపాదపంకజమునన్ ♦ జాల్వాఱఁ దోతెంచియున్
సురలోకంబును వీడి యాశివుజటా ♦ జూటంబులోఁ డాఁగి బం
ధుర కైలాసనగంబునుండి హిమవ ♦ ద్భూమిధ్రముం జేరి సాం
పరయన్ మమ్ముఁ దరింపఁ జేయుదువు గం ♦ గా! నీకు జోహారిదే.

(పెద్దధ్వనులతో గుండ్లు వచ్చును. హాహాకారములతో నందఱును ప్రాణములు వదలుదురు.)

భారతుఁడు — (ప్రవేశించి) హా కృపాలురారా! మీ దుఃఖము నే నీ పాపపుఁ గన్నులతో నెట్లు చూడఁ గలుగుచున్నానో యూహింపలేకున్నాను. అయ్యో!

చ. గగనమునుండి రక్తములు ♦ కాఱెనో హా! ప్రళయంబు వచ్చెనో
జగము నశింపఁ జేయుటకు ♦ జ్వాలలు వీచెనొ ద్వాదశార్కులి
మ్మగ నుదయించిరో కపట ♦ భూపతికిన్ బలియిచ్చెనో హరుం
డగు భగవంతుఁ డీనరుల ♦ నక్కట పీనుఁగులై యేడఁజూచినన్.

మ. సతులై సూర్యుని నైనఁ జూడక సదా ♦ సౌధాళిపై డాఁగు నా
యతివల్ మేఁకలరీతిఁ దోలఁబడుచుం ♦ డ్రయ్యారె! యీరీతి భా
రతరామాయణయుద్ధముల్ జరిగెనే ♦ రక్తాంబుధుల్ పాఱెనే
క్షితిపైఁ గాంతలకంటినీ రొలికెనే ♦ చింతింపఁగా నేటికిన్?

హా! క్షత్రియవీరులారా! మిమ్ముఁ జూచిన నాగుండెలు తల్లడ మొందుచున్నవి.

తే. గీ. కత్తు లేటికి బళ్ళెంపుఁ ◆ గట్టలేటి ?
కిఁకఁ దుపాకిగుండ్లకుఁ జాల ◆ వెన్నియైన
బలులు సమరాంగణంబున ◆ నిలిచియున్నఁ
గూలవలయును వింటితోఁ ◆ గోలతోడ.

మీధైర్యతేజోరాశి ముఖములనుండి యింకను జెన్ను మాయకున్నది. ఓభ్రాతలారా! భువిని వీడినారా ?

ఉ. చేతులలోని ఖడ్గములు ◆ చేతుల నున్నవి విల్లునమ్ములున్
ఏతతిఁగట్టిరో యటుల ◆ నే భుజపీఠిన వ్రేలుచుండఁగా
భూతలశయ్యపై నిదురఁ ◆ బోవుచునుండిరి ; గుండుదెబ్బకున్
గాతరుఁడైన నొక్కఁడు ని ◆ గారపుశూరుఁడు నైన నొక్కఁడే.

పద్మనందుఁడు — (ప్రవేశించి) ఓరీ పాఱుబోతా! నీ వెవఁడవురా కాఱు లఱచుచున్నాఁడవు! నేఁడు మాకు సంపూర్ణజయము చేకూరినది. వైరిరాజలోక మంతయు హతమారినది. చూడుము.

సీ. పాంచాలభూపతి ◆ పంచబంగాళమై
పఱతెంచె నన్నుఁ గాంచి ◆ పాహియనుచు
కర్ణాటకపురాజు ◆ కైచాపు లర్పించి
మాంరక్ష యని బ్రతి ◆ మాలుకొనియె
మద్రభూపాలుండు ◆ మత్పదాబ్జములకు
జోహారుసలిపె న ◆ శ్రువులు రాల్చి
వంగదేశవిభుండు ◆ వారువంబును డిగ్గి
వెన్నిచ్చిపాఱె నా ◆ పన్నుఁడగుచు

గీ. నున్న రాజు లడవి ♦ నోదిగిరి కొండలు
నిహతులైరి నాదు ♦ నిశితమైన
శస్త్రధార నింక ♦ జయలక్ష్మి నాచేతఁ
జిక్కె వైభవంబుఁ ♦ జిక్కెనాకు.

(శోణోత్తర చంద్రగుప్తుని సేనాధిపతివేషముతోఁ దీవ్రముగాఁ బ్రవేశించును.)

శోణో — నందా! మాతృదేశవధానందా!

శా. ఓరీ బేరములాడఁబోకు మింక గ ♦ ర్వోద్రేకమున్ జేసి నీ
వే రంగంబున నిల్చిపోరితివా! నీ ♦ వే రాజు హింసించితో!
యీరాజన్యుల నెల్లఁ గృత్రిమముగా ♦ నీరీతిఁ జంపించినా
వౌరా! క్రూరుఁడ దక్కిపోఁగలవె? నా ♦ యస్త్రంబు నిన్ వీడునే?

నందు — (గడగడలాడుచు నొకప్రక్కకుఁ దప్పుకొని తనలో) ఇది నా కంత్యకాలము. ఈ బలశాలి నన్నుఁ దప్పక చంపును. ఓ తమ్ముఁడా! చంద్రగుప్తా! (స్వగతము) నీసొత్తు హరించిన దోషము నేఁడు లెస్సగా ననుభవింపనై యున్నాను. నా యుత్తర క్రియలు మాత్రము నీ వాచరింపుము. (అని వడవడ వడంకుచున్నాఁడు.)

శోణో — ఓరీ యపాత్రుఁడా! నీ వామహారాజగు చంద్రగుప్తుని పేరేల యెత్తెదవురా!

నందు — నాకదియే హరినామస్మరణము.

శోణో — ఓరీ పశుప్రాయుఁడా! ఎంతపాతకకర్మము గావించితివిరా! యెంతమంది చచ్చునట్లు చేసితివిరా! మూర్ఖుఁడా!

నందు — ఇట్టిమహాపాపి నగు నే నింక నీలోకమున నెట్లు జీవింపఁగలను?

తే. గీ. పాపములఁ జేసితిని రాజ్య ♦ పదవికొఱకు
తమ్మునిఁ బరాభవించితి ♦ ధనముకొఱకు
తుదకు నేవియు రావయ్యె ♦ దుష్టమతికి
జయము చేకూర దాపదల్ ♦ చాలఁ గలుగు.

శోణో — ఇప్పు డీవెంతపశ్చాత్తాపపడిన నేమిలాభము ?

తే. గీ. ఇంతమందిని హింసించి ♦ యెంతకాల
ముందువో తుదకొకనాఁడు ♦ మ్రుందకుండ ?
వందగొడ్లు తినిన రాము ♦ బందు కొక్క-
గాలిపెట్టనుళోకోక్తి ♦ కరణిగాఁగ.

నందు — ఓహో ! నన్నుఁ జంపుటకేకాఁబోలును వేనవేలు సైన్యమువచ్చుచున్నది. (అని కత్తితోఁ బొడుచుకొని పడిపోవును) హరహరా!

చంద్రగుప్తుఁడు — (ప్రవేశించి) ఓమిత్రుఁడా ! వాహినీపతీ ! విరోధి సైన్య మంతయు పలాయన మైనది. సెల్యూకను పాఱిపోయి యున్నవాఁడు. నందుఁ డేడ నున్నవాఁడో కానఁబడలేదు. నీవు చూచితివా ?

శోణో — దేవా ! నందుఁడా ? మృతినొందియున్నవాఁడు.

చంద్ర — ఏఁడీ !

శోణో — వీఁడుగో. (అని చూపును.)

చంద్ర — హా! అన్నయ్యా! చచ్చితివా! (అని వానిపైఁబడి దుఃఖముతో)

సీ. నందవంశాంబుధి ♦ యందుఁ బుట్టిన చంద్ర
బింబ మీవనుచు భా ♦ వించుకొంటి
మనవైరి వారిద ♦ మునకు ఝంఝా మారు
తంబు నీవని మదిఁ ♦ దలఁచుకొంటి

మగధరాజ్యమునకు ♦ మంత్రి లే డనుచును
నీపైని గోరికల్ ♦ నిలుపుకొంటి
నారాజ్యమంత నీ ♦ పేరనే యేలించి
యిభరాజ మెక్కింప ♦ నెంచుకొంటి

గీ. అట్టి వాంఛలు నేఁటితో ♦ నస్తమించె
నక్కటా! పొర్లివచ్చు దుః ♦ ఖాబ్ధి నెట్లు
సైఁపనేర్తును నాకింక ♦ సాయమెవరు?
అన్న చావు దప్పింపరే ♦ యమరులార.

శోణో — దేవా! నీకు విరోధియేగాక మహాపకారమొనరించిన యీ దురాత్ముని గూర్చి నీవేల వగచెదవు?

చంద్ర — ఎంత విరోధియైనను నాకితఁడు అన్న కాఁడా? (కన్నులనీరు తుడుచుకొని) నే నూరకున్నను నా యశ్రుధారలు నా కపోల ఫలకంబులపైఁబడి నాలోనున్న విచారమును వ్రాసి చూపక మానవు.

చ. తివురుచు నిన్ను నీ జనని ♦ తీఱని మైత్రిని నీదుతండ్రి నీ
కవనియు రాజ్యమున్ గలుగఁ ♦ గాఁదలపోయుచుఁ జూచుచుందురా
దివి నివసించియుండియును ♦ దీవన లిచ్చుచునట్టి వారి కీ
వవగడమెంత యిచ్చితో సు ♦ రాలయ సౌధ మలంకరింపుచున్.

శోణో — వీనికై నీవిట్లూహించుట యెంతయు నిందాస్పదము సేలవిన,

తే. గీ. గారవముఁ జూపి యింట సిం ♦ గార మొప్పఁ
బెంచు నినుఁ జంపనెంచిన ♦ పిలుకు వీఁడు
తల్లి దేశంబు చెఱుపఁగాఁ ♦ దలఁచినట్టి
ఖలుని విశ్వసించుట సిగ్గు ♦ గాదె చెపుమ!

చంద్ర — మిత్రుఁడా! వీఁడు మాత్రము దుష్టుఁడు గాఁడు. కాని వీని విహితు లట్టివారు.

శోణోత్తర —

తే. గీ. దుష్టుఁడైనను గాకున్న ♦ దుష్ట విహిత
వర్తనుండైనవానికి ♦ పాట్లురాక
మానవు పరాభవం బవ ♦ మానవృత్తి
భాగ్యనాశంబు చావు రా ♦ వణునికట్లు.

సైనికులు — దేవా! ఇంతటితో మనపోరు సమాప్తికాలేదు. సెల్యూకసు నందుని చావువిని ప్రళయకాలరుద్రుని తెఱంగున వచ్చుచున్నాఁడు. కావున మీర లిందున్నచో నిష్కారణముగా వధింపఁ బడియెదరు. మాకు యుద్ధము సేయుట కనుజ్ఞ యొసఁగుఁడు.

శోణో — దేవా! త్వరపడుము. త్వరపడుము. అదే వాహినీసమేతుఁ డగు నా తం— (తనలో) ప్రమాదమున తండ్రియని జాఱినది గాదు. నయమే! (ప్రకాశము) నాతండు అనఁగా సెల్యూకసు వచ్చుచున్నాఁడు. నేఁడు వానిని ముట్టడించి పాంచాలమునకుఁ బరుగువెట్టించి కోటను గూల్చి పట్టుకొనవలయును. లెమ్ము పోవుదము. (అని చేతులతో లేవఁదీయును.)

చంద్ర — సరే నడువుఁడు. ఓభటులారా! నందమహారాజున కగ్ని సంస్కారాదులు విధ్యుక్తముగా గావింపుఁడు (రణభేరి మ్రోగును.

(అంత నందఱు నిష్క్రమింతురు.)

ఇది పంచమాంకము.

షష్ఠాంకము

రంగము — పాంచాలములోని గ్రీసులకోట

(సెల్యూకసు తనసైన్యముతోఁ గోటను గాపాడుచుండును.)

సెల్యూ — (తలఁబట్టుకొని) అక్కటా! దురదృష్టమా! ఓప్రపంచ స్వభావమా! నాయాశలన్నియు వృథాయాసములై యెన్ని ప్రాణులను దీసినవి.

గీ. మోసమయ్యెబుద్ధి ♦ మునుముట్టఁ బరులను
జెఱుపఁదలఁచినేనె ♦ చెడినవాఁడ
నిల దురాశదుఃఖ ♦ ముల కీడ్చునను మాట
నెఱిఁగి యెఱిఁగి నూత ♦ నుఱికినాఁడ.

ఓ నందరాజా! పగతుఱచేతులలో జావక యాత్మహత్య యేల గావించుకొంటివి? ఛీ! నీవు తప్పక భీరుఁడవే నాఁడు పితృభక్తియుక్తయైన పుత్రిక మాటలనైనఁ బాటింపనైతినిగదా?

ఉ. నందుఁడు భీతమానసుఁ, డ ♦ నామకుఁ డంచు నెఱుంగలేక యా
మందునితోడ హైందవుల ♦ మార్కొని గెల్వఁ దలంచినాఁడనే
మందును గుక్కతోఁకగొని ♦ యంబుధినీఁదఁగఁ బోయినట్టు లీ
పందలతోడఁ గూడఁ దల ♦ వంపులువచ్చెను గ్రీసురాజులన్.

చంద్రగుప్తునివశపర్చుకొన్న నీచేటు లేకపోవును. ఇంక నెందుకు? మొదలూడినది గదా! ఇటుపై నీకోటమాత్రము నిలుచునా?

సైనికులు — ఓ సెల్యూకసుప్రభువరా! విలయానల ప్రచండరుచి పిచండిల మార్తాండ మండలమునుబోలె నదిగో చంద్రగుప్త రాజచంద్రుఁడు సాంద్రమగు సైన్యాటవితో వచ్చుచున్నాఁడు.

సెల్యూ — వచ్చుచున్నాఁడా! (రణభేరిని విని) ఆఁ అవు నదిగో! రణదుందుభి మ్రోఁగుచున్నది. ఓ సైనికులారా! మీరు కోటలోనికింబోయి శుద్ధాంతజనంబును గాపాడుఁడు.

సైని — (స్వగతము) మేమేయంతిపురికాంతలము. ఏమనిన యుద్ధమున ఖడ్గము విడిచిపోయినబంటును, తెడ్డుచేతఁబట్టిన యాఁడుదియు సమానులే. (అని నిష్క్రమింతురు.)

సెల్యూ — ఒంటిగా నేనుమాత్ర మిచ్చట చేయున దేమున్నది? సర్వస్వము నీచంద్రగుప్తునకు దత్తమొనరించిపోవుట సర్వోత్తమ మని తోఁచెడిని. (చంద్రగుప్తుఁడు, చమూపతివేషధారిణియైన శోణోత్తరయు సైన్యనమేతులై ప్రవేశింతురు. రణదుందుభిమ్రోఁగును.)

శోణో — ఓ చమూసమూహములారా! ఈకోట మన బలవద్విరోధులకు నిలయమైనది. కావున మీశతఘ్నులచేఁ బగులఁగొట్టి లోనికిఁ బ్రవేశించి ముట్టడింపుఁడు.

చంద్ర — ఇంకను విరోధులు మిగిలియున్నవారా?

సైని — కోటతోపాటు విరోధిరాజసైన్యముకూడఁ గూలఁబడును జూడుఁడు. (అని శతఘ్నులు కాల్చుదురు. కోటపగులును. లోపలనున్న విరోధిసైన్యము చచ్చి నేలఁగూలుచుండును.)

చంద్ర — ఓసైనికులారా! ఓవాహినీపతి! యింక యుద్ధము చాలింపుఁడు. ఎదిరి పోరువారు లేనప్పుడు చొచ్చిచివెళ్ళుట ధర్మవిరుద్ధము. మనకు విజయము గలిగినప్పుడు విరోధులకును మేలు దలంపవలయును.

(అంత యుద్ధ మాఁగిపోవును.)

చంద్ర — (స్వగతము) అన్నా! యెంతప్రమాదము సంభవించినది. ఈకోటయందే మాశోణోత్తర యున్నదికాఁబోలును. ఆమెకేమిహానిచేకూరినదోగదా! (అని చింతించును.)

శోణో — రాజా! చంద్రగుప్తా! యేల యుద్ధమును మాన్పితివి.

చంద్ర — మిత్రమా! నేను గొప్పయపరాధమును జేసితిని. ఓ సైనికులారా! మీరు పొండు. (సైనికులు నిష్క్రమింతురు.)

శోణో — అదియేమి?

చంద్ర — (మాట్లాడక కన్నీరు జొటజొటకార్చును.)

శోణో — చెలికాఁడా! నీయావిచారకారణము నాకెఱింగింపుము? నీకుఁ దప్పక హితము చేసెదను.

చంద్ర — (త్రేఁకఁ బెట్టుకొని) ఇంక నేమిసేయఁగలను? దుష్కార్యమునకుఁ బశ్చాత్తాపమేగదా ఫలము!

ఉ. ఉత్తమురాలు సాధ్వి సుగు ♦ ణోజ్జ్వల పుణ్యచరిత్రయౌ వధూ
సత్తమ సుందరాంగి తన ♦ సాహసమేర్పడ గాఁచనున్న న
న్నుత్తరణం బొనర్చుచు ని ♦ జోచితసైన్య మొసంగియున్న శో
ణోత్తర యుండు కోట యిది ♦ యూరక నేరక కూలద్రోసితిన్.

అదిగాక యామె మీకును నేలికసానియే గదా? మీ రెట్లీ కోటను గూల్పనెంచితిరి?

శోణో — అదియా! (సస్మితముగా) మఱేమియుఁ బ్రమాదమురాలేదు. (స్వగతము) ఇట్టిగతి తప్పక పట్టునని నేనెన్ని చెప్పినను మాతండ్రి పెడచెవింబెట్టెనుగదా? నేఁ డనుభవింపనై యున్నవాఁడు.

చంద్ర — నేఁ డెంతయు నామనంబు చింతిల్లుచున్నది.

ఉ. ఇంత కృతఘ్నుఁడుం గలఁడె ♦ యే వనితాతిలకంబు ప్రేమతో
నెంతయుఁ బ్రాణముం ధనము ♦ నెంచక నాకొఱ కిచ్చివేసె నా
కాంత గృహంబు నగ్నియిడి ♦ కాల్చిన పాపిని నన్ను భూజనం
బింతలుచేసినట్టి గుణ ♦ హీనుఁ డటంచును నింద చేయదే?

శోణో — రాజా! నీవేల యీలీల విలపించెదవు? ఇట్లు చేయుటకే నీచెలి సమ్మతించి సైన్యసమేతయై యున్న నీ వేమనియెదవు?

చంద్ర — అది నే నెట్లు నమ్మఁగలను?

శోణో — ఆమెయే నీయెదుటికి వచ్చి యిట్లు చెప్పిన నప్పుడైన నమ్మెదవా?

చంద్ర — ఈకృతఘ్నుని యెదుట కామె యేలవచ్చుట కిష్టపడును? ఏల చెప్పును?

శోణో — చెప్పునేయనుకొనుము.

చంద్ర — అట్లైన నపరాధము మన్నింప వేఁడికొందును.

శోణో — (స్వగతము) నన్నుఁ బోల్చలేదుగదా! (ప్రకాశము) రాజా! మనకు జయము చేకూరినది. కోటలోని క్షేమము గనుఁగొని వచ్చెద. నాకు సెలవొసంగెదవా?

చంద్ర — చెలీ! నన్ను విడిచి వెళ్ళుటకు నీమానస మొప్పుకొనియెనా?

శోణో — దేవా! నన్ను శోణోత్తర యనుకొంటివా?

చంద్ర — అట్లనుకొనుట కామె నీవలె నటించుచుండెనా యేమి?

శోణో — ఏమో? తెలిసికొనుము.

చంద్ర — తెలిసికొనెదఁగాని, మిత్రుఁడా! ఇట్టి రక్తసిక్తమైన బట్టలతో నీవు మీ దేవికడకుఁ బోవవలదు. తీసివేయుము. (అని తానే విప్పును. అప్పుడు స్త్రీవేషము బయలుపడును.) ఆశ్చర్యా మాశ్చర్యము. ఏమి నా యదృష్టము! దేవీ! శోణోత్తరా! నా యపరాధము మన్నింపుము. నీయెడ నే నొనర్చిన యపకృతికి లోలోన విలపించుచున్నాఁడను.

శోణో — (సిగ్గభినయించి) నాథా! మీపదాబ్జములకు నమస్కారము. (అని చేయును.)

చంద్ర — శుభమగునుగాక.

మ. చెలివై చుట్టమవై మహారణమునన్ ♦ జేదోడు వాదోడువై
కలికీ! నాకొక భాగ్యదేవతవలెన్ ♦ గాన్పించి మద్దేశమున్
నిలుపంజాలితి వీ జయంబు యశమున్ ♦ నీచేతనే వచ్చె నీ
చెలికారంబు ప్రశంసనీయముగదా! ♦ శీతాంశు బింబాననా.

శోణో — ప్రియవల్లభా! ఇందు నాప్రాగల్భ్య మేమున్నది? జగదేక శూరుండవైన నీవు చంద్రహాసముపూని యని మొన నిలిచి యున్నఁ ద్రినేత్రుఁడైనఁ దాఁకలేక నిర్జింపఁబడునుగదా! అట్టి నీకు నే నేమి సహాయము సేయనోపెదను. ఒకవేళ చేసినను నదియు నీప్రభావమే!

తే. గీ. అల్పమైనఁగాని ♦ యధికారిచేనున్న
కలము రాజ్య మేలఁ ♦ గలిగినట్లు
నీదుపట్టుఁజేరి ♦ నిలిచిన నాచేతి
కత్తి చేసె రిపు వి ♦ ఖండనంబు.

దేవా! ఇంక నీవు మగధపాంచాలాది దేశములన్నియు జయించితివి. శత్రువు లందఱు నిర్జింపఁబడిరి. సఫలీకృతమనస్కుఁడవైనావుగదా! ఇఁక మన గుడారమునకుఁ బోదము రమ్ము.

(అని యిరువురు నిష్క్రమింతురు.)

రంగము — భవనము.

(సెల్యూకను మంచముపై విచారముతోఁ బడియుండును.)

సెల్యూ — ఇంక నేనెంతని చింతించినను నేమికార్యము?

ఉ. అక్కట! దుఃఖభార వివ ♦ శాత్ముఁడనై విలపించి రేపవల్
పొక్కినఁ జూచువారెవరు? ♦ పోయినరాజ్యములింక వచ్చునే

దిక్కును మ్రొక్కులేక యిట • దీనతతోఁ బడియుండనేల? యిం
కక్కఱరాని చేనుగని • యశ్రులురాల్చెదు కాపురైవడిన్.

అందులకేల వగవవలయును?

తే. గీ. ధాత్రియను రంగమున సూత్ర • ధారి వగుచుఁ
గాలమా! ప్రజ నాడింపఁ • గలుగుదీవు
ఒకఁడు రాజైన నొక్కఁడు • యోగి యగును
మాయ యిదిగాదె సుఖదుఃఖ • మయము జగము.

శోణో — (ప్రవేశించి) ఇప్పుడుగదా మజ్జనకుఁడగు సీతనికిఁ బశ్చాత్తాపము పట్టినది! పోయి యొకింతయూఅడించెదను. (అని వెళ్లును.) నాయనగారూ! ఇదిగో మీ పుత్రిక నమస్కరించుచున్నది.

సెల్యూ — శుభమగునుగాక.

శోణో — తండ్రీ! మీకుఁగలచింత మీప్రియపుత్రి వినఁగూడదా!

సెల్యూ — అమ్మా! ఇంక నేమున్నది? ఆర్యావర్తమంతయు జయించి యేలవలయు ననుకొన్నవానికి సొంతదేశముగూడఁ బోవలసి వచ్చినది.

శోణో — మీకు నిజముగా హైందవదేశ మంతయుఁ బాలింపవలయు నని యున్నదా?

సెల్యూ — వచ్చునెట్లు? ఇప్పుడు కేవలము భగ్నమనోరథుఁడనుగదా?

శోణో — అట్లు మీరు చేతులారఁ జేసికొంటిరి.

చ. కలుముల కంతులేదు ధన • కాంక్షనుజేసి యనేకపాపముల్
నలుపుదురట్టి దుష్టులకు • సద్గతిగల్గదుగాన యుద్ధమున్
వలదు విదేశవాసులము • వచ్చితిమిచ్చటివారితోడుతన్
జెలిమి ఘటింప మంచిదని • చెప్పిన నాపలుకింతవింటిరే.

సెల్యూ — అందుచేతనే నాకీదుర్గతి పట్టినది.

శోణో — అట్లు దలంపవలదు. ఇప్పుడైన నామనవిచెల్లింపుఁడు.

సెల్యూ — అదియేమి?

శోణో — చంద్రగుప్తుఁడు సైన్యసమేతుఁడై గుడారమున నున్నవాఁడు గదా? వానికడ కేఁగి నన్నిచ్చి పరిణయమొనరింపుఁడు. దాన మీకోరికలన్నియు నేఁడే ఫలింపగలవు.

సెల్యూ — నాకేకోరికలునులేవు. అన్నియుఁ దెగఁద్రెంచుకొంటిని. పుత్రీ! నీకోరిక దీఋనట్టు లా చంద్రగుప్తునకు నిన్నిచ్చి పెండ్లి తప్పక చేసెదను. నీవు ప్రసన్నురాలవగుము. (అని ఒక జాబు వ్రాసి) ఓ ప్రతీహారీ! ఈలేఖ గొనిపోయి చంద్రగుప్త చక్రవర్తికొసంగి రమ్ము.

ప్రతీహారీ — చిత్తముదేవా! (అని నిష్క్రమించును.)

సెల్యూ — కుమారీ! మీయుపాధ్యాయుఁడగు మెగస్తనీసువచ్చెనా?

శోణో — వచ్చువేళ యైనది.

మెగస్తనీసు — (ప్రవేశించి) రాజా? సెల్యూకస ప్రభువరా! అభివాదన మగుఁగాక.

శోణో — గురువర్యా! నమస్కారము.

మెగ — కల్యాణివికమ్ము.

సెల్యూ — (లేచి) పండితవర్యా! ఈ యుచితాసన మలంకరింపుము. మనగతి యెట్లు వచ్చినదో చూచితివా?

మెగ — రాజా! యేల తెలియనివానివలె భాషించెదవు?

ఉ. ఎందఱు రాజు లీధరణి ♦ నేలిరో? యెందఱు భిక్షమెత్తిరో?
యెందఱు గెల్చి రోడిరి మ ♦ ఱెందఱు? వారి చరిత్ర లిప్పు డే
మందును! దద్ధరారమణు ♦ లందుచు నీవొక చిన్న రాజవే!
నందియుమేల యోడినను ♦ జాలఁగ గెల్చిన కీర్తి తప్పునే.

సెల్యూ — నీవు చరిత్రకారుఁడవుగాన యట్లూహింతువు.

ప్రతీహారి — (ప్రవేశించి) దేవా! చంద్రగుప్తమహారాజే విచ్చేయుచున్నాఁడు.

(అందఱును లేచి నిలువంబడుదురు. శోణోత్తర వెళ్ళిపోవును.)

చంద్రగుప్తుఁడు — (ప్రవేశించును.)

సెల్యూ — (ఎదురుగాఁ బోయి) రాజా! నా యపరాధము క్షమింపుము. (అని చెయ్యి చెయ్యి కలుపును.)

మెగ — (చెయ్యి కలిపి) ఓ రాజచంద్రా! నీ కభిమత మగునుగాక. నీక్రూరకృపాణమున వైరులఁ జీల్చి భారతరాజ్యలక్ష్మిని బడసిన మహాభాగ్యశాలివి. ఇంక నీ ప్రాగల్భ్యము త్రిలోకవందనీయము సుమా!

చంద్ర — ప్రాగల్భ్యమును నేనాశించుటలేదు. అటులైన నాకీ జయమే చేకూర దనుకొనుము.

ఉ. వైరుల కాలవాల మని ♦ వార్యతరోరుశరీరఘోర సం
సారము గాన దద్రిపులఁ ♦ జక్కడఁచన్ గద బాహ్యశత్రులన్
గ్రూరకృపాణ ధారలను ♦ గూల్చితి నట్టులుగాక రాజ్య మి
బ్భారతి వచ్చునే? వివిధ ♦ శస్త్రము లున్నను సేన లుండినన్.

సెల్యూ — రాజచంద్రా! అయ్యుచితాసనంబు నధిష్ఠింపుము.

చంద్ర — భాగ్యము. (అని కూర్చుండును. అందఱు కూర్చుందురు.)

సెల్యూ — గీ. నీమహత్త్వ మెఱుఁగ ♦ నేరక నీతోడఁ
దురము సేయఁ గాలు ♦ దువ్వినాఁడఁ
దుదకు గెలువలేక ♦ తూలితిఁ; దాఁ ద్రవ్వు
కొన్న గోతిలోనఁ ♦ గూలినట్లు.

చంద్ర — అందు మీ తప్పేమిగలదు? రాజధర్మ మట్లు గావించును.

మెగ — అటులైన నైనులైన మాకడకు నిరాయుధుఁడవై యెట్లు రాఁగలిగితివి: దానఁ బ్రమాదము గలదని నీబుద్ధి యేల బోధింప కుండెను.

చంద్ర — ఆయుధములు తలకాచునా?

తే. గీ. ఆయు వీశ్వరదత్తమ ♦ హాపదార్థ
మవని నదిచెల్లకుండనే ♦ యస్త్రములఁ
దీయఁజాలదు కాపాడఁ ♦ జేయలేదు
కలిచునే చీమ శివు నాజ్ఞ ♦ గాని యపుడు.

మెగ — ఏమి నీ ప్రజ్ఞా ప్రభావము! ఇట్టి తత్వవేత్తవైన నీవు కత్తి పట్టిన నేలోకంబులు జయింపఁబడవు?

ఉ. ఓ మహానీయమూర్తి నుగు ♦ ణోజ్జ్వలకీర్తివి చక్రవర్తివై
భూమి జయించి తద్విజయ ♦ భూతి వహించుట గాక యింద్రియ
గ్రామముగెల్చినావు త్రిజ ♦ గంబుఁ బూజ్యుఁడ వీవె యింక సం
గ్రామముచేతనే గెలుపు ♦ గాదు మనంబున గెల్తు వన్నియున్.

మెగ — రాజా! చంద్రగుప్త! మా విన్నప మొక్కటికలదు కృపా మతిని కాదనక యనుగ్రహింపుము.

చంద్ర — నారాజ్యము కావలసినఁ గైకొనుఁడు. ఇప్పుడే యిచ్చెదను.

మెగ — అదిగాదు. మా సెల్యూకసు ప్రభువరుని కోరిక చెల్లింపుము.

చంద్ర — అదియేమి? రాజా!

సెల్యూ — రాజా!

చ. పరమపవిత్ర చారు నవ ♦ పల్లవకోమల కాంచనాంగి నా
వరముల ముద్దుపట్టి గుణ ♦ బంధురసూనృత వాగ్ధురీణ నిన్
బగిణయమాడఁగాఁ దలఁచి ♦ పల్మఱుఁ స్వచ్ఛరితంబుఁ బాడుచున్
వఱలును దానిఁ గైకొనఁగఁ ♦ బ్రార్థన చేసెద నిన్ను భూవరా.

చంద్ర — (ఊరకుండును.)

మెగ — ఓ పార్థివేంద్రా! నీవు యోచించునదే నెఱుంగుదును. ఈ సెల్యూకసుప్రభువరుఁడు కులీనుఁడు. గ్రీస్ ఆర్యుల సంతతివాఁడు నీవును ఆర్యసంతతికి వేఱు గావు. ఆర్యులన నీరాను దేశవాసులు. ఆ దేశ మొకప్పుడు క్షామపీడితమైయుండ బ్రజలు వికావికలై నానా దేశముల కేఁగి నివాసము లేర్పఱచుకొని నాగరకతను నాటియాయాఖండములకు వన్నెదెచ్చిరి. కావునఁ జరిత్రాంశములను బట్టిచూడ మీకుఁ బూర్వసంబంధము సంపూర్ణముగాఁ గలదు. అదిగాక బహుకాల నివాస మేర్పఱచుకొనియున్న మేమందఱము భారతీయులమనుట నిర్వివాదాంశము. కావున మూఢాచారములను బోనాడి జాతీయవిజ్ఞానముఁ బ్రసన్నబుద్ధిని సమాధానపఱిచి యీ పెండ్లికి నీవవశ్యము నియ్యకొనుము.

చంద్ర — (స్వ) నా విజయముఁ బ్రశంసించుటకై నిన్నవచ్చిన నా గురువగు చాణక్యఋషియు నీ వివాహము నంగీకరించెనుగదా! అదిగాక

తే. గీ. చిన్ననాఁటఁ గోఁలె ♦ సిరియుఁ బ్రాణము ధార
వోసి నమ్మినట్టి ♦ పొలఁతి నెట్లు
కా దనంగ నేర్తుఁ ♦ గలుషంబునకునైన
వెఱవవలదె! హింస ♦ వేఱకలదె.

సెల్యూ — రాజా! మమ్ము ధన్యులను జేయఁజాలవా?

చంద్ర — మీకు మేలు చేకూరునట్లే కావింపుఁడు.

సెల్యూ — చేటికా! శోణోత్తరను గొనిరమ్ము.

చేటి — దేవా! చిత్తము. (అని వెళ్ళును.)

(శోణోత్తర వసంతికతోఁ బ్రవేశించును.)

సెల్యూ — అమ్మా! శోణోత్తరా! ఇటురమ్ము. (అని చెయ్యిపట్టుకొని)

మ. ఎవనింగూర్చి హితంబుసల్పితివి నీ ♦ కెవ్వండు ప్రాణాప్తుఁ డ
య్యవనీనాథుఁ డితండె మాన్యుఁడు ప్రసూ ♦ నానూనదామంబిదే
(ఇచ్చును.)
నవలా! దీనిగళంబునందిడి ప్రమా ♦ ణంబేర్పడన్ బెండ్లి, గ
మ్మ వినోదమ్మున నింక నిర్వ్యర కులాం ♦ భోరాసు లుప్పొంగఁగన్.

శోణో — (ప్రసూనదామముఁ గైకొని చంద్రగుప్తుని మెడ నలంకరించి)
వసంతికా! ఆ కలశమును బూజాద్రవ్యములును నిటు తెమ్ము.

వసం — (ఇచ్చును.)

శోణో — (చంద్రగుప్తుని చరణములకడఁ బూజించుటకుఁ గూర్చుండును.)

మత్త. ఓ దయామయ! దీనరక్షక! ♦ యుర్వినాథ! మనోహరా!
నీదుపాదసరోజముల్ మది ♦ నిల్పినట్టులు బాహ్యమం
దీదళంబులఁ బూజచేసెద ♦ నింక నన్వరియింపుమా
మోద మొప్పఁగ నగ్నిసాక్షిగ ♦ భూపతిస్ జతసేయుచున్.

సెల్యూ —

ఉ. అల్లుఁడవై ననీవె వసు ♦ ధాధిపుఁడైనను నీవె తండ్రి యీ
ఫుల్ల సరోజనేత్రఁ గడు ♦ బుణ్యచరిత్రను నెట్లు చూచెదో
తెల్లనిదెల్లఁ బాలు తన ♦ దృష్టికి నల్లనిదెల్ల నీరుగా
నుల్లమునెంచు దీని నెటు ♦ లోపికతోడుత నిర్వహింతువో?

అమ్మా! శోణోత్తరా! నీకుంకువగా నిప్పటికి నాకు మిగిలి యున్న రాజ్యమును గజతురగపదాతిసైన్యమును ధనకనక వస్తువాహనాది నవరత్న భాండాగారములును గృహారామ సౌధోద్యాన వనప్రదేశములును నివిగో దాసదాసీజన సహిత